INSIGHT PUBLICA®

INSIGHT PUBLICA
Nadakkave, Kozhikode, Kerala
www.insightpublica.com
e-mail: insightpublica@gmail.com
Atmarakshartham
(Malayalam)
T.P. Venugopalan
First Edition : March 2016
Second Edition: November 2021

ISBN 978-93-85899-06-5

ആത്മരക്ഷാർഥം

പതിമൂന്ന് സ്ത്രീപക്ഷകഥകൾ

ടി.പി. വേണുഗോപാലൻ

INSIGHT PUBLICA

കണ്ണൂർ ജില്ലയിലെ പാപ്പിനിശ്ശേരിയിൽ ജനനം. ഭൂമിയുടെ തോട്ടക്കാർ, സുഗന്ധമഴ, കേട്ടാൽ ചങ്കുപൊട്ടുന്ന ഓരോന്ന്, അനുനാസികം, സൈഡ്കർട്ടൻ, കുന്നുംപുറം കാർണിവൽ (കഥാസമാഹാരങ്ങൾ) തൊമ്മാടിക്കവല, ഒറ്റയാൾ നാടകത്തിലെ കഥാപാത്രങ്ങൾ, അരവാതിൽ, കുത്തും കോമയുമുള്ള ഈ ജീവിതം, (നോവലുകൾ) ആട് (വിവർത്തനനാടകം) എന്നിവ പ്രസിദ്ധീകരിച്ചിട്ടുണ്ട്. ചെറുകാട് അവാർഡ്, ഇടശ്ശേരി അവാർഡ്, പ്രേംജി അവാർഡ്, മുണ്ടശ്ശേരി അവാർഡ്, അബുദാബി ശക്തി അവാർഡ്, അറ്റ്ലസ് കൈരളി ലിറ്റററി അവാർഡ്, സമന്വയം അവാർഡ്, അക്ഷരം അവാർഡ്, അധ്യാപക ലോകം അവാർഡ് എന്നിവ ലഭിച്ചിട്ടുണ്ട്. ഇപ്പോൾ പാലക്കാട് ജില്ലയിലെ പൊൽപുള്ളി ഹയർസെക്കണ്ടറി സ്കൂളിൽ പ്രധാന അധ്യാപകൻ. വിലാസം ടി.പി. വേണുഗോപാലൻ, കണവത്ത്, പാപ്പിനിശ്ശേരി വെസ്റ്റ്, കണ്ണൂർ, 670561.

Email tpvenugopalan@yahoo.co.in

Phone : 0497 2786237, 9496140052

ടി. പി. വേണുഗോപാലൻ

ഒരിക്കൽ ഞാനൊരു പെണ്ണിന്റെ
മുഖത്തുനോക്കി. അവളുടെ പിറക്കാനിരിക്കുന്ന
എല്ലാ കുട്ടികളേയും ആ മുഖത്ത് ഞാൻ
ദർശിച്ചു.
അവൾ എന്റെ മുഖത്തുനോക്കി
എന്റെ മൺമറഞ്ഞ എല്ലാ പൂർവ്വികരേയും
നിമിഷനേരം കൊണ്ട് അവൾക്ക്
പിടികിട്ടി

-ഖലീൽജിബ്രാൻ

ഉള്ളടക്കം

ആത്മരക്ഷാർഥം

ആറാം വാർഡിലെ പഞ്ചായത്തുകിണറിന് വടക്ക് തരിശായി കിടക്കുന്ന അരയേക്കർ പുറമ്പോക്ക് ഭൂമിയിൽ നായ്ക്കുരണ നട്ടുപിടിപ്പിക്കുന്നതിനെക്കുറിച്ച് അനസൂയ കുടുംബശ്രീ അയൽക്കൂട്ടത്തിൽ അവശേഷിച്ച അഞ്ചാറുപേർ ആലോചിക്കുമ്പോൾ വരാന്തയിലെ ചാരുകസേരയിൽ കാൽ നീട്ടിയിരിക്കുകയായിരുന്ന കുമാരേട്ടന് ചൊറിഞ്ഞുകയറി. തന്റെ പൊട്ട റേഡിയോ തട്ടിയും മുട്ടിയും ഒച്ചയുണ്ടാക്കാൻ ശ്രമിക്കുന്നതിനിടയിൽ ഒരു ചെവി മുറ്റത്തു നടക്കുന്ന ചൂടുപിടിച്ച ചർച്ചയിലായിരുന്നു. വാ തുറക്കില്ലെന്ന് തീർച്ചപ്പെടുത്തിയതാണ് എന്നിട്ടും ഗത്യന്തരമില്ലാതെ പറഞ്ഞുപോയി.

വേണ്ടാത്ത പണിക്ക് പോയിറ്റ് നാട്ടുകാര്ടെ പായിച്ചടി വാങ്ങിക്കൂട്ടണ്ട.

ശാന്തയ്ക്ക് ദേഷ്യം ഇരച്ചുകയറി. കണ്ണുതറപ്പിച്ച് കുമാരേട്ടനെ നോക്കി. ഇയാൾ തന്റെ ഭർത്താവാണ് എന്ന് ഒരു നിമിഷം ശാന്ത മറന്നു.

ന്ങ്ങ ന്ങ്ങളെ പണിനോക്ക്. ക്ഷണിക്കാത്ത സദ്യയ്ക്ക് ഇലവെക്കാൻ വരണ്ട.

കുമാരേട്ടന് പിന്നെ ഒന്നും മിണ്ടാൻ കഴിയുമായിരുന്നില്ല. തന്റെ മുന്നിൽ നേരെചൊവ്വേ ഇരിക്കാൻപോലും പേടിയുണ്ടായിരുന്നവൾ ഇന്ന് തർക്കുത്തരം പറയാൻ തുടങ്ങിയിരിക്കുന്നു. ഇനിയും അവൾ പറയും. മറ്റു പെണ്ണുങ്ങളുടെ മുന്നിൽവെച്ച് വായിൽ തോന്നിയത് വിളിച്ചുപറഞ്ഞ് അപമാനിക്കും.

അതു കേൾക്കാതിരിക്കാൻ അയാൾ റേഡിയോവിന്റെ ശബ്ദം കൂട്ടി.

കുമാരേട്ടൻ പറഞ്ഞതില് കാര്യുണ്ട്. നാട്ട്കാര് അലമ്പുണ്ടാക്വോന്നാ പേടി.

ആരോ ഇടയ്ക്ക് കയറിപ്പറഞ്ഞു.

നാട്ടുകാർ! അവരുടെ അകമഴിഞ്ഞ പിന്തുണയില്ലാതെ യാതൊന്നും വിജയിക്കില്ലെന്നും അവർക്ക് അപ്രീതിയുണ്ടാക്കുന്ന സംരംഭങ്ങൾ കഴിവതും ഒഴിവാക്കണമെന്നും വാർഡ്മെമ്പർ അനസൂയക്കാർക്ക് മുന്നേതന്നെ താക്കീത് നൽകിയതാണ്. എന്തിനെയും കണ്ണടച്ച് എതിർക്കുക എന്നത് നാട്ടുകാർ എന്നു വിളിക്കുന്ന വിഭാഗത്തിന്റെ വർഗസ്വഭാവമാണെന്ന് അക്കമിട്ട് സമർത്ഥിച്ചുകൊണ്ടാണ് ഇതിനെ നേരിടാറുള്ളത്. ആടിനെ പട്ടിയും പിന്നെ പേപ്പട്ടിയുമാക്കി കൊല്ലാൻ നടക്കുന്ന പണിയാണ് നാട്ടുകാർക്ക്. അവരുടെ താളത്തിന് തുള്ളിയാൽ അട്ടക്കുഴിയും അധോഗതിയും ഫലം.

നാട്ടുനടപ്പനുസരിച്ചുള്ള പരീക്ഷണങ്ങൾ പലതും നടത്തിയിരുന്ന കാലത്തും ഇവന്മാരുടെ പായ്യാരത്തിന് കുറവൊന്നും ഉണ്ടായിരുന്നില്ല. മണ്ണുകടിക്കുന്നു, എണ്ണ ചുവയ്ക്കുന്നു, എന്നൊക്കെ കുറ്റം പറഞ്ഞ് തരിയുണ്ടയും അരിമുറുക്കും തിരിച്ചുതന്ന് അപമാനിച്ചത് ഇതേ നാട്ടുകാരാണ്. വണ്ണം വെക്കാനും വയറ് ചുരുങ്ങാനുമുള്ള മരുന്നുണ്ടാക്കി പൊളിത്തീൻ കവറുകളിൽ പെറ്റ പെണ്ണുങ്ങളുള്ള വീടുകൾ പരതിപ്പിടിച്ച് എത്തിച്ചുകൊടുത്തപ്പോൾ ഇത് മരുന്നല്ല, മായമെന്നു പറഞ്ഞ് മടക്കി. ചിരട്ടകൾ ചെത്തിമിനുക്കിയുണ്ടാക്കിയ കയിലുകൾ കൊട്ടയിലാക്കി വീടുവീടാന്തരം കൊണ്ടുനടന്നപ്പോൾ വെള്ളിക്കരണ്ടികൾ കാട്ടി വിരട്ടിയോടിച്ചതും അച്ചാറിന്റെ എരിവും രുചിയും നോക്കി ഓക്കാനിച്ചതും; ഞളുത്തുവെന്ന് കലമ്പി കൊണ്ടാട്ടം വേലിക്കപ്പുറം വലിച്ചെറിഞ്ഞതും ഇതേ ഇവരാണ്.

ഇനിയൊരു തിരിച്ചുവരവില്ലെന്ന് എല്ലാവരും കണക്കുകൂട്ടി. അനസൂയയുടെ അവസാന ശ്വാസവും നിലച്ചു എന്ന് തീർച്ചപ്പെടുത്തി മെമ്പർമാരിൽ പലരും പലവഴിക്ക് പിരിഞ്ഞുപോയി. ശിഷ്ടം വന്ന ശാന്ത, ശ്യാമള, കാഞ്ചന, കോമള, പങ്കജ, പരിമള എന്നിവർ ആകാശവാണിയുടെ വിവധ പ്രോഗ്രാമുകളിൽ കത്തയച്ചും ഫോൺ വിളിച്ചും അനസൂയയുടെ നാമധേയം നിലനിർത്തിപ്പോന്നു.

നായ്ക്കുരണയുടെ അപാരമായ സിദ്ധിവിശേഷങ്ങളെക്കുറിച്ചുള്ള പ്രഭാഷണം കഴിഞ്ഞ ദിവസമാണ് വയലുംവീടും പരിപാടിയിൽ വരുന്നത്.

കുമാരേട്ടൻ റേഡിയോവിന്റെ സ്വിച്ചുകൾ അങ്ങോട്ടുമിങ്ങോട്ടും തിരിച്ചുകളിക്കുന്നതിനിടയിൽ യാദൃശ്ചികമായാണ് ശാന്ത പ്രഭാഷണം ശ്രദ്ധിക്കുന്നത്.

കുമാരേട്ടന്റെ കൈയിൽനിന്നും റേഡിയോ തട്ടിപ്പറിച്ച് ശാന്ത തൊട്ടടുത്ത വീട്ടിലെ ശ്യാമളയെ കൈകാട്ടിവിളിച്ചു. ശ്യാമള തീപിടിച്ച പോലെ ഓടിവന്നു.

മനുഷ്യൻ മാത്രമല്ല വന്യമൃഗങ്ങൾപോലും അടുത്തുപോകാൻ ഭയക്കുന്ന ചെടിയാണിത്. എന്നാൽ ഇത്ര പാവത്താൻ വേറെയില്ല. സ്വ യംരക്ഷയ്ക്കു വേണ്ടി മാത്രമാണ് ഇതിന് ചൊറിരോമങ്ങൾ എന്ന റിയുമ്പോൾ ദൈന്യത വെളിപ്പെടുക. ആത്മരക്ഷ ഇതിന്റെ പര്യായപ ദങ്ങളിലൊന്ന്. നാമിതിനെ ഭീകരസസ്യമായി കണ്ട് അകറ്റിനിർത്തുന്നത ാണ് അപകടം. ഈ അകൽച്ച അതിന്റെ മഹത്വം തിരിച്ചറിയുന്നതിൽ നിന്ന് നമ്മെ പിന്തിരിപ്പിക്കുന്നു. ശല്യക്കാരനെങ്കിലും മെരുക്കിയെ ടുത്താൽ ഇത്രത്തോളം പരോപകാരി വേറെയില്ല. ഇതിന്റെ ഗുണവി ശേഷങ്ങൾ അപാരമാണ്. പാവലും പടവലവും പോലെ ലാഘവത്തോടെ നട്ടുപിടിപ്പിക്കാം. ചെലവ് തുച്ഛം, വരുമാനമാണെങ്കിൽ പറഞ്ഞറിയിക്കാൻ പറ്റാത്തത്ര!

ശാന്തയും ശ്യാമളയും നിശ്ശബ്ദരായി.

ധമനികളിലെ ചോരയോട്ടം ദ്രുതഗതിയിലാക്കാനും അതുവഴി ഓജസ്സും ഉന്മേഷവും വർധിപ്പിക്കാനും നായ്ക്കുരണപ്പരിപ്പ് സഹാ യിക്കുന്നു. ആണുങ്ങളുടെ ഉത്തേജകമരുന്നായതിനാൽ വിപണന സാധ്യതയെക്കുറിച്ച് ആശങ്കപ്പെടേണ്ടതില്ല. വിത്ത് മാത്രമല്ല. ഇലയും തണ്ടും വേരും ഔഷധഗുണമുള്ളവതന്നെ! കായയുടെ പുറത്തെ രോമങ്ങൾക്കുമുണ്ട് വില.

കാർഷിക വിളകൾക്കെല്ലാം വിലയിടിയുന്ന കാലമാണിത്. കർഷകർ കടക്കെണിയിലേക്കും അത് വഴി ആത്മഹത്യയിലേക്കും വലിച്ചിഴ യ്ക്കപ്പെടുന്നു. തീർച്ചയായും ഇനിയുള്ള കാലം നായ്ക്കുരണയുടെ താണ്. തൊഴിലില്ലാതെ കഷ്ടപ്പെടുന്നവരുടെ ശ്രദ്ധ ഈ വഴിക്ക് തിരിയേണ്ട കാലം അതിക്രമിച്ചിരിക്കുന്നു. ആദായകരമാണെന്ന് മാത്ര മല്ല. അലച്ചിൽ തീരെയില്ലാത്ത കൃഷിയാണിത്. അൽപം സാഹസികത, അൽപം, സൂക്ഷ്മത- നിങ്ങളെ കാത്തിരിക്കുന്നത് ഭാസുരമായ ഭാവിയാ ണ്. പരീക്ഷിച്ചുനോക്കുവിൻ എന്ന ആഹ്വാനവുമായാണ് പ്രഭാഷണം അവസാനിച്ചത്.

ശാന്തയും ശ്യാമളയും പരസ്പരം നോക്കി. പ്രസിഡണ്ടും സെക്ര ട്ടറിയുമാണ്. കടത്തിൽ മുങ്ങിത്താണുപോയ അയൽക്കൂട്ടത്തെ രക്ഷിക്കാനുള്ള ഉത്തരവാദിത്തം അവരുടെ ചുമലിലാണ്. കച്ചിത്തുരുമ്പ് തേടുകയായിരുന്നു ഇതുവരെ. മറിച്ചൊന്നും ആലോചിക്കാനില്ല. പ ടികയറിവരുന്ന മഹാലക്ഷ്മിയെ പുറംകാൽകൊണ്ട് തട്ടിക്കളയരുത്. തങ്ങളെ എതിർക്കുന്നവരോടും പരിഹസിക്കുന്നവരോടും കണക്കു തീർക്കേണ്ടതുണ്ട്. ഏതു കാത്തിരിപ്പിനുമുണ്ടല്ലോ ഒരവസാനം!

ആശയ വിഭവ സ്രോതസ്സ്; ആവശ്യാധിഷ്ഠിത സമന്വയം; സമസ്ത ബഹുമുഖദാരിദ്ര്യം; നൂതന ഏകോപിത സമൂഹാധിഷ്ഠിത സമഗ്ര ദാരിദ്ര നിർമാജ്ജനം. സ്വയം സഹായ ലക്ഷ്യം; ആത്മരക്ഷ.....

ക്ലാസ്സുകളിൽ സദാ മുഴങ്ങിക്കേൾക്കാറുണ്ടായിരുന്ന വാക്കുകൾ. ദഹിക്കാതെ ഉരുണ്ടു കളിക്കുകയായിരുന്നു ഇതുവരെ. വാക്കുകളുടെയെല്ലാം അർഥവും ആശയവും ഉള്ളം കൈയിൽ വന്നുനിൽക്കുന്നതുപോലെ തോന്നി.

കൊള്ളാം. ഒന്നാന്തരം ആയുധമാണ് കൈയിൽ കിട്ടിയിരിക്കുന്നത്. അറിയാത്ത പിള്ളകളാണ് നാട്ടിൽ നിറയെ. പെൺകൂട്ടായ്മയുടെ ശക്തിയെന്തെന്ന് തെളിയിച്ചുകൊടുക്കണം.

ഇരുവരും തീരുമാനിച്ചു.

വീട്ടിൽ വെറുതെ ചൊറിഞ്ഞു കുത്തിയിരിക്കുന്ന ഭർത്താക്കന്മാർക്കെതിരെയുള്ള മറുമരുന്നുകൂടിയാണിതെന്ന് പരസ്പരം പറഞ്ഞില്ലെങ്കിലും ഇരുവരും മനസ്സിൽ കണക്കുകൂട്ടി.

അടുത്ത ദിവസംതന്നെ അവശേഷിച്ച അംഗങ്ങളെ മുഴുവൻ ശാന്തയുടെ വിട്ടുമുറ്റത്തേക്ക് ക്ഷണിച്ചുവരുത്തി. അംഗങ്ങൾക്ക് പുറമെ വാർഡ് മെമ്പറും ഏരിയാ ഡവലപ്മെന്റ് സൊസൈറ്റിയിലെയും കമ്യൂണിറ്റി ഡവലപ്മെന്റ് സൊസൈറ്റിയിലെയും ക്ഷണിക്കപ്പെട്ട ഭാരവാഹികളും യോഗത്തിൽ പങ്കെടുക്കുകയുണ്ടായി. പ്രാർഥനയ്ക്കുശേഷം സെക്രട്ടറി ശ്യാമള സദസ്സിനെ അഭിസംബോധന ചെയ്തു.

രണ്ട്

ആദരണീയ അധ്യക്ഷ ശ്രീമതി ശാന്തേച്ചി, വാർഡ്മെമ്പർ ശ്രീ ദിവാകരേട്ടൻ, പ്രത്യേക ക്ഷണിതാക്കളായ എ.ഡി.എസ്, സി.ഡി.എസ് ഭാരവാഹികളേ, അയൽക്കൂട്ടം അംഗങ്ങളേ, നിങ്ങൾക്ക് കൂപ്പുകൈ.

എനക്കോർമ്മയ്ണ്ട് കഴിഞ്ഞ എലക്ഷന്റെ സീസണിലാണ് നമ്മ കൊറെയാള് ശാന്തേച്ചീന്റെ വീട്ടില് ഇതേപോലെ യോഗം ചേർന്ന് അയൽക്കുട്ടത്തിന് ഒരു രൂപം ഉണ്ടാക്ക്യെ. അനസൂയാന്ന് പേരും ഇട്ടു നമ്മളെ മെമ്പറ് അന്നും ദിവാകരേട്ടൻ തന്ന്യായിരുന്നു.

അനസൂയക്ക് ഇപ്പം അഞ്ച്വയസ്സ് പൂർത്ത്യായി. അഞ്ച് അത്ര വല്യ പ്രായൊന്നുല്ല. ചെറിയ പ്രായുമല്ല. പക്ഷേ ജനിച്ചപ്പഴേ കിഴവിയായിപ്പോയീന്നൊരു ദോഷം നമ്മക്ക്ണ്ട്. മറ്റുള്ളോർക്കുള്ള ഉശാറോ ഉൻമേഷോ നമ്മളെ മെമ്പർമാർക്ക് തൊട്ടുതെറിപ്പിച്ചിട്ടില്ലാന്ന് പറഞ്ഞാൽ എന്നോട് ദേഷ്യം തോന്നരുത്. കൊറെയാള് തെറ്റിപ്പിരിഞ്ഞുപോയി. അവരെ കുറ്റം പറഞ്ഞിറ്റ് കാര്യൂല്ല. അപ്പർത്തേട്യെങ്കിലും പച്ച കാണുമ്പം ആടപോയി നോക്കാൻ തോന്ന്വ മൻഷൻമാർടെ സൊഭാവാണ്. പോ

ണ്ടാന്ന് നമ്മക്കും പറയാൻ പറ്റൂല. ആദ്യൊക്കെ ആഴ്ചേല് ചേരാ റ്ണ്ടായിര്ന്ന മീറ്റിങ് ഇന്ന് മാസത്തിലും നടക്കാണ്ടായി. പ്രതിവാരസ മ്പാദ്യം ആർക്കും കിട്ട്ന്നില്ല. ബേക്കറി യുണിറ്റും ചിരട്ടക്കയിൽ യൂണിറ്റും തകർന്നുതരിപ്പണമായി. പ്രസവിച്ചവര് മുഴുവൻ ഇംഗ്ലീഷ് മരുന്നിന്റെ ബേക്കില്പാഞ്ഞപ്പം നമ്മള്ണ്ടാക്യ മര്ന്ന് മൂലക്കായി. ഊണും ഉറക്ക വും ഇല്ലാണ്ട് കഷ്ടപ്പെട്ടുണ്ടാക്ക്യ അച്ചാറും കൊണ്ടാട്ടും ആർക്കും വേണ്ടാണ്ട് കെട്ടുനാറി. ബാങ്ക്ന്നെട്ത്ത വായ്പ തിരിച്ചടയ്ക്കാൻ പറ്റാണ്ടായി. സി.ഡി.എസിൽ നിന്നും കുട നിർമാണത്തിന് ക്ലാസ് കിട്ട്യ സുമിത്രേം സുലോചനേം കൂറുമാറി അനുരാധേല് ചേർന്നു. ജൂണല്ലേ. മഴയല്ലേ, ഉസ്കൂള് തൊറക്കല്ലേ എന്നൊക്കെ ആശ്വസിച്ച് കാത്തിരുന്ന നമ്മള് അണ്ടിപോയ അണ്ണാക്കൊട്ടൻമാരായി. അനുരാധക്കാർ ഇങ്ങനെ തന്ന്യാണ്. മറ്റുള്ളോരെ നന്നാവാൻ വിടൂല. അവര്മാത്രം മതി നാട്ടില്ന്നാ അവര്ടെ വിചാരം. ലേശം ആളുകളും ലേശം സമ്പാദ്യം, അത്യാവ ശ്യയത്തിന് പേരും ഉണ്ടായപ്പം അവര്ടെ നെഗളിപ്പ് ജാസ്തിയായി. ടാറ്റേന്റീം ബിർളേന്റീം എണങ്ങൻമാരെ പോലെയാണ് ഈയിടെയായി അനുരാധക്കാര്ടെ നടപ്പും കളിയും. അവര്ണ്ടാക്ക്ന്ന സോപ്പ് ഒറ്റക്കു ളിയിൽ അലിഞ്ഞു പോകുമെന്ന് നാട്ടില്പാട്ടാണ്. എന്നിട്ടും പിടിച്ചു നിൽക്കാനും. ഇടിച്ചുകേറാനും കഴിയുന്നയ്ന്റെ രഹസ്യാണ് പിടികിട്ടാത്തെ. ആറാം വാർഡിലെ നാലു പിട്യേന്നെങ്കിലും ബഹുരാ ഷ്ട്രസോപ്പുകുത്തകക്കാരെ കെട്ടുകെട്ടിക്കാൻ കഴിയുന്നത് നിസ്സാര കാര്യമല്ലെന്ന് സി.ഡി.എസുകാരും എ.ഡി.എസ്സുകാരും അവരെ അഭിന ന്ദിക്കല്ണ്ട്. വാർഡ് മെമ്പർ ആടീം ഈടീം പ്രസംഗിക്കല്ണ്ട്. എന്നാല് സത്യംന്താ? അനുരാധേലെ എല്ലാരും തലേല് മുണ്ടിട്ടും മുണ്ടിടാണ്ടും വീടായ വീട്ടിലെല്ലാം ബഹുരാഷ്ട്രകമ്പനിക്കാര്ടെ സോപ്പും ചീപ്പും പൗഡറും സെന്റും കുന്തും കുന്ത്രാണ്ടും വിൽക്കാൻ നടക്വാണെന്ന് ഈട പങ്കെടുത്ത വാർഡ് മെമ്പറും മറ്റുള്ളോരും മനസ്സിലാക്കണം. വേണമെങ്കിൽ തെളിവുതരാം. എങ്ങന്യെങ്കിലും രക്ഷപ്പെട്ടോട്ടെന്ന് കര്തി ആരും മിണ്ട്ന്നില്ലെന്നേയുള്ളൂ. നമ്മള് ജീവിക്ക്ന്ന നാട്ടിനോട് ലേ ശെങ്കിലും ഉത്തരവാദിത്വം അവർക്കില്ല. എന്തു പറഞ്ഞാലും നിങ്ങ അവരിക്കെതിരെ ഒരക്ഷരം പറയില്ലാന്ന് ഞാങ്ങക്കറിയാം. മോൾള് അത്രക്ക് പിടിയ്ണ്ടവർക്ക്. അനുരാധക്കാര്ടെ ഇമ്മാതിരി തോന്ന്യാ സത്തിന് ന്ങ്ങ സപ്പോർട്ട് ചെയ്യുന്നുണ്ടോന്ന് നമ്മക്ക് സംശ്യുണ്ട്.

എന്തു മത്സരം നടന്നാലും പ്രൈസുകളെല്ലാം അനുരാധക്കാർക്ക്. അവര്ടെ ഒപ്പനേം തിരുവാതിരേം സിനിമാറ്റിക്കും കാണാൻമാത്രം ജനം തിക്കും തെരക്കുമുണ്ടാക്കും. ഓട്ടമത്സരത്തിലും ചാട്ടമത്സരത്തിലും ഒന്നാമതെത്താൻ ഏതോ അക്ക്യാബിൽ നിന്ന് കൊറെ നീളൻ കാ ലുകാരെ അവര് റാഞ്ചിക്കൊണ്ടുവരും. അവര്ടെ വെള്ളരിക്കയും കു മ്പളങ്ങയും ഫലപ്രദർശനത്തിൽ ഫസ്റ്റ്. ഇംഗ്ലീഷ് വളം ചാക്കുകണക്കിന് വാരിയിട്ടാൽ കോവക്കയും കുമ്പളങ്ങയാവുമെന്ന് അറിയാത്തവരല്ല നാട്ടുകാർ. ഇതൊന്നും കാണാണ്ട് അവരെ പൊന്തിച്ചു പറയുന്നത് ന

ല്ലതാണോന്ന് ന്ങ്ങ ചിന്തിക്കണം.

ഈനെടക്ക് കേട്ടു റൊട്ട്മ്മലേക്കൂടെ ഓറ് സിന്ദാബാദ് വിളിച്ച് നടക്ക്ണ്ണ്ട്ന്ന്. എന്തെങ്കിലും കാര്യം നേടാനാണെങ്കില് തരക്കേടില്ല. എലക്ഷനില് ഇന്ന ആളെ സ്ഥാനാർത്ഥിയാക്കണംന്നും ഇന്ന ആളെ ആക്കണ്ടാന്നും പറഞ്ഞ് മുദ്രാവാക്യം വിളിക്കാനും ചൊമര്മ്മല് പോസ്റ്ററൊട്ടിക്കാനും ഇവരാരപ്പാ!

ബഹുമാനപ്പെട്ട വാർഡ്മെമ്പറും മറ്റുള്ളോരും ക്ഷമിക്കണം. ചർച്ച വഴിമാറിപ്പോയീന്നറിയാം. സങ്കടംകൊണ്ട് പറഞ്ഞുപോവുന്നതാ. ഞങ്ങളെ ഒരു കൈതന്ന് സഹായിക്കാനോ, ഒന്ന് കരക്കടുപ്പിക്കാനോ ആരുമില്ല. ഞങ്ങളുടെ അടുപ്പിൽ ചേര പാഞ്ഞാലും ന്ങ്ങക്കൊന്നും ബേജാറില്ല.

ഞങ്ങ ഒരു കാര്യം ഒറപ്പിച്ചു. അനുരാധേനെക്കാളും മുന്നിലെത്തണം, അവരെപ്പോലെ വളഞ്ഞ വയ്ക്കല്ല. സ്ത്രീകളിലൂടെ കുടുംബങ്ങളിലൂടെ സമൂഹത്തിലേക്ക് എന്ന ആപ്തവാക്യം. ശരിക്കും നടപ്പില് വര്ത്താൻ തന്ന്യാ ഞങ്ങടെ പ്ലാൻ. സമൂഹത്തിന് വരുംനാളുകളിൽ അത്യാവശ്യമുള്ള ഒരു കൃഷി ഞങ്ങൾ തെരഞ്ഞെടുത്തിറ്റ്ണ്ട്. എല്ലാവരും ത്തേങ്ങ ചെരണ്ടുമ്പം ചെരട്ടയെങ്കിലും ചെരണ്ടണ്ടെ നമ്മ. അതോണ്ട് പഞ്ചായത്ത് കിണറിന്റെ വടക്ക്ഭാഗത്ത് ആർക്കും വേണ്ടാണ്ട് കിടക്ക്ണ അരയേക്കർ സ്ഥലത്ത് നായ്ക്കുരണ, അതേ, അതെന്നെ, കൃഷി ചെയ്യാനാണ് ഞങ്ങടെ പരിപാടി. ആഗോളവൽക്കരണം ഉദാരവൽക്കരണം എന്നൊക്കെ പ്രസംഗിച്ചിറ്റ് കാര്യൂല്ല. അയിനെതിരെ ചെറുത്തുനിൽക്കാണ് വേണ്ടെ. ഇതൊരു സമരം തന്ന്യാ.

എന്റഭിപ്രായം ഞാമ്പറഞ്ഞു. എനി ന്ങ്ങ തീരുമാനിക്വ. ന്ങ്ങ റെഡ്യാണെങ്കില് ഇന്ന്തന്നെ നമ്മക്ക് മൈക്രോപ്ലാൻ തയ്യാറാക്കണം. എന്താണ് നായ്ക്കുരണ, എങ്ങന്യാ കൃഷിചെയ്യ്വാ, മൊടക്ക്മൊതലെത്ര, ലാഭെത്ര, എന്നയ്നെ കുറിച്ചൊക്കെ പ്രസിഡന്റ് ശാന്തേച്ചിക്കാ കൂടുതലറിയ്വ. ഓറാണ് റേഡിയോന്റാത്തെ പ്രസംഗം തേച്ചും കേട്ടിന്. ഓറ് അയ്നപ്പറ്റിപ്പറയും.

മൂന്ന്

ഒര്ദിവസം ഞാനാ പണ്ടാര റേഡിയോ എറിഞ്ഞുപൊട്ടിക്കും.

ശാന്ത ഉച്ചത്തിൽ പറഞ്ഞു.

ഈട നമ്മളോരോന്ന് ആലോചിക്കുമ്പം വെറ്തെ ഒച്ചപ്പാടുണ്ടാക്വാ?

പോട്ട് ശാന്തേച്ചി, ഓറ് പാട്ട് കേട്ടോട്ടെ.

ശ്യാമളയുടെ സഹതാപം.

കുമാരേട്ടൻ റേഡിയോ ഓഫാക്കി. അയാൾക്ക് സഹിക്കാവുന്ന തിലപ്പുറമായിരിക്കുന്നു. ഇത്രയും ആൾക്കാരുടെ മുന്നിൽ വെച്ച് അവൾ തന്നെ അപമാനിച്ചിരിക്കുന്നു. സ്വന്തം വീടിന്റെ വരാന്തയിലിരുന്ന് സ്വന്തം റേഡിയോ ഓൺചെയ്യാൻ പാടില്ലെന്നു വന്നാൽ! ഇവളുമാർക്ക് യോഗം ചേരാൻ, ഇതെന്താ പാർട്ടിയാഫീസാ?

കുമാരേട്ടൻ അയലിൽ നിന്ന് ബനിയൻ എടുത്തുകൊളുത്തി. കൂറ കുത്തി അരിപ്പയാക്കിയ ബനിയന്റെ തോൾ രണ്ടും കീറിപ്പോയിരുന്നു.

മീറ്റിങ്ങുകാരോടുള്ള അമർഷം മുഴുവൻ നിലത്താഞ്ഞു ചവിട്ടിക്കൊണ്ട് അയാൾ പടിയിറങ്ങി.

ഇവളുമാർ നന്നാക്കാഞ്ഞിട്ടാണ് നാടുനന്നാവാത്തത്!

പിടക്കോടീ കൂവിയാൽ നേരം വെളുക്കുമെന്നാണ് വിചാരം. ഓരോരുത്തർക്കും ഓരോന്ന് പറഞ്ഞുവെച്ചിട്ടുണ്ട്. അത്ചെയ്യാൻ നോക്കാതെ നേരം വെളുക്കുമ്പോൾ തുരുമ്പ് തൂറ്റാൻ തുടങ്ങിക്കോളും. ആരാന്റെ ആറും നൂറും പറഞ്ഞ് നേരം കളയും.

യോഗം. സമ്മേളനം, ജാഥ, ധർണ്ണ, പിക്കറ്റിംങ്, മുദ്രാവാക്യം, സമരം തുടങ്ങിയ പദാവലികളോട് ജൻമനാ അലർജിയാണ് കുമാരേട്ടന്. ജീവിതത്തിലിന്നേവരെ ഒരു യോഗത്തിലും ഇരുന്നുകൊടുത്തിട്ടില്ല. ചിലപ്പോഴൊക്കെ യൂണിയൻ കാര് വിളിക്കാറുണ്ടായിരുന്നു. വീട്ടിൽ ഭാര്യ ഒറ്റക്കാണ് എന്നു പറഞ്ഞ് ഒഴിഞ്ഞുമാറും. ഇവര് യോഗം ചേർന്ന് ചർച്ചചെയ്ത് തീരുമാനിച്ചിട്ട് വേണ്ടേ നമുക്ക് കഞ്ഞികുടിക്കാൻ!

യോഗവും സമ്മേളനവും വന്ന് വന്ന് സ്വന്തം വീട്ടുമുറ്റത്ത് കയറി വരുമെന്ന് സ്വപ്നത്തിലും കരുതിയതല്ല-ഇമ്മാതിരി സർവ അലമ്പുകളും ഇപ്പോൾ അകത്തും പുറത്തും കയറിനിരങ്ങി ബാക്കിയുള്ളവരുടെ സൈ്വരവും സ്വസ്ഥതയും നശിപ്പിക്കുകയാണ്.

പണ്ടാണെങ്കിൽ ഒറ്റച്ചവിട്ടിന് ഇവളുമാരുടെയെല്ലാം അടപ്പ് തെറിപ്പിക്കുമായിരുന്നു. ഇപ്പോൾ എന്തെങ്കിലും മിണ്ടിപ്പോയാൽ ശാന്തയുടെ വായിലിരിക്കുന്നത് മുഴുവൻ കേൾക്കേണ്ടിവരും.

നിന്റച്ഛന്റെ ചെലവിലല്ലേ ഞാൻ ജീവിക്കുന്നത് എന്നൊക്കെ പണ്ട് പറയാറുള്ള പല്ലവികളാണ്. ഇന്ന് ശാന്തയുടെ മുഖത്ത് നോക്കി അങ്ങനെയോ മറ്റോ പറഞ്ഞുപോയാൽ അവൾ വെളിച്ചപ്പാടാകും.

കോട്ടൺമിൽ ഒടുക്കത്തെ പൂട്ടൽ പൂട്ടുമെന്ന് ഒരിക്കലും പ്രതീക്ഷിച്ചതല്ല. ഒരു സുപ്രഭാതത്തിൽ അതും സംഭവിച്ചു.

തുറക്കും തുറക്കും എന്ന പ്രതീക്ഷയിൽ മില്ലിനടുത്ത് ഒന്നുരണ്ടു തവണ പോയിനോക്കിയിരുന്നു. കുറച്ചാളുകൾ കുത്തിയിരിക്കുന്നു. മുഷ്ടിചുരുട്ടുന്നു. മുദ്രാവാക്യം വിളിക്കുന്നു.

കുമാരേട്ടൻ കണ്ണുകൾ ഇറുക്കിയടച്ചു. കാതുകൾ കൈകൊണ്ട് പൊത്തിപ്പിടിച്ചു. ഇവരെക്കൊണ്ടാണ് വഴി നടക്കാൻ പറ്റാത്തത്. മാനേജ്മെന്റിന്റെ തന്തയ്ക്കുപറഞ്ഞാൽ അവർ വെറുതെ വിടുമോ? മില്ല് തുറക്കാൻ തോന്നിയിട്ടുണ്ടെങ്കിൽ ഈ ജന്മം അതില്ലാതാക്കാനല്ലേ ഈ സമരം!

കുമാരേട്ടൻ ഇപ്പോൾ വീട്ടിൽ കുത്തിയിരിപ്പാണ്. പുറത്തിറങ്ങാറില്ല. പഴയ മർഫി റേഡിയോ ഒരവയവം പോലെ കൈയിലുണ്ടാവും എപ്പോഴും. ഇംഗ്ലീഷായാലും സംസ്കൃതമായാലും സദാ എന്തെങ്കിലും കേട്ടുകൊണ്ടിരിക്കണം. താഴെവെക്കില്ല. വെച്ചാൽ അതിന്റെ ഒച്ച നിലയ്ക്കും. തന്റെ സ്പർശനം കൊണ്ടുമാത്രം ജീവൻ വെക്കുന്നതുകൊണ്ട് കുമാരേട്ടന് അതിനോട് വല്ലാത്ത സ്നേഹമാണ്.

മറ്റുള്ളോര് ധർണേം സമരും നടത്തുമ്പം അന്റൊപ്പരം ചേരാണ്ട് ന്ങ്ങ ഈട പാട്ടും കേട്ടിരിക്ക്.

ശാന്ത ആദ്യമൊക്കെ പറയും.

നീ എപ്പഴാ കമ്യൂണിസ്റ്റായെ?

'കുമാരേട്ടൻ പരിഹസിക്കും.

കമ്യൂണിസ്റ്റോ, കോൺഗ്രസ്സോന്നല്ല, പൊഴേല് മുങ്ങിച്ചാവുമ്പം എല്ലാരും കച്ചിത്തുരുമ്പ് കണ്ടാ കേറിപ്പിടിക്കാൻ നോക്കും.

നീ പറയ്ന്നത് കേട്ടാ തോന്നും ഞാനൊരാൾ പോവാഞ്ഞിറ്റാണ് സമരം ജയിക്കാത്തേന്ന്. മന്ത്രിയായിറ്റും ലേബറാപ്പിസറായിറ്റും ചർച്ച നടക്ക്ന്ന്ണ്ടല്ലോ, എപ്പഴെങ്കിലും പരിഹാരുണ്ടാവുംന്ന് വിചാരിക്ക. അത്രതന്നെ!

ന്ങ്ങളോട് വാക്കിനില്ലപ്പാ....

ശാന്ത പിൻവാങ്ങും. അടുക്കളയിലേക്ക് തിരിയുന്നതിനിടയിൽ ഒച്ച പുറത്തു കേൾപ്പിക്കാതെ പറയും.

കക്കാനെങ്കിലും പോയ്ക്കൂടെ, നാലുനേരവും അണ്ണാക്കില് കുത്തിത്തീറ്റാൻ ഞാനേട്യാ പോണ്ടെ.

എന്താ പറഞ്ഞെ?

നാളെ രാവിലെ എന്താ ഇണ്ടാക്കണ്ടെ, ഇഡല്യോ ദോശ്യോന്ന്

കരിങ്കൽ ചീളുകൊണ്ട് എറിയുന്നതുപോലെയാണ് അടുത്തകാലത്ത് ശാന്തയുടെ ഓരോ വാക്കും. അവളുടെ അച്ഛൻ വല്ലപ്പോഴും എറിഞ്ഞുകൊടുക്കുന്ന നക്കാപ്പിച്ച കൊണ്ടാണ് ഇപ്പോൾ അടുപ്പിൽ തീപുകയുന്നത് എന്നു കരുതി നമ്മെ ഭരിക്കാൻ വന്നാൽ അതങ്ങ് വകവെച്ചുകൊടുക്കാൻ പറ്റില്ല.

ശാന്തയോട് പ്രതികരിക്കാൻ വാക്കുകൾ നഷ്ടപ്പെട്ടാൽ എന്നും അദ്ദേഹം ഷർട്ടോ ബനിയനോ എടുത്തുകൊളുത്തി പടിയിറങ്ങിപ്പോകും. നേരെ ചെല്ലുന്നത് അടുത്ത വീട്ടിലെ രമേശനെ കാണാനാണ്. ശ്യാമളയുടെ ഭർത്താവാണ് രമേശൻ. തന്റെ സങ്കടങ്ങളുടെ ഭാരം മുഴുവൻ കുമാരേട്ടൻ അവിടെ ഇറക്കിവെക്കും. വരാന്തയിലെ ഇരുത്തിയിൽ തൂണും ചാരിയിരുന്ന് അയാൾ പറഞ്ഞുതുടങ്ങും.

.......ഓള് നമ്മളെ കഴ്ത്ത്ക്കേറാൻ തൊടങ്ങി രമേശാ.....

നാല്

ഓറ് പറീന്ന്യോന്നും കേട്ട് ന്ങ്ങ ബേജാറാവണ്ട. അതിങ്ങനെ അല്ലും തുല്ലും പറയ്വാ. അല്ലെങ്കിലും വീട്ടിലിരിക്ക്ന്ന ആണ്ങ്ങള് നേർക്കായിറ്റ് എന്തെങ്കിലും തുടങ്ങാം എന്നത് തെരയടങ്ങീറ്റ് കപ്പലോടിക്കാമെന്ന് പറയുമ്പോല്യാ.

ഏതായാലും പഞ്ചായത്തുകിണറിനടുത്തുള്ള, ആർക്കും വേണ്ടാണ്ട് കെടക്ക്ണ സ്ഥലം നമ്മള് ഉപയോഗപ്പെടുത്ത്വ. പച്ചക്കറി നടാന്ന് വി ചാരിച്ചാ നഷ്ടാ. മാർക്കറ്റിലേതിനെക്കാൾ വില കുറച്ച് വിറ്റാ മാത്രെ ആരെങ്കിലും വാങ്ങൂ. അതോണ്ട് സെക്രട്ടറി ശ്യാമള പറഞ്ഞപോലെ നായ്ക്കുരണ നാട്ടാല് അത് നമ്മക്ക് വിജയിപ്പിക്കാൻ പറ്റുന്നെന്ന്യാ എന്റെ മനസ്സ് പറീന്ന്. കാരണം മറ്റേട്യും ഈ കൃഷി തൊടങ്ങീറ്റില്ല. നായ്ക്കുരണയുടെ ഉപയോഗത്തെപ്പറ്റി ആൾക്കാര് അറിഞ്ഞുവരുന്നേ ഉള്ളൂ. ഇരുതലമൂർച്ചയുള്ള വാളാണത്. എങ്ങനെ നോക്ക്യാലും ലാഭം.

എങ്ങന്യാ നട്വാ, എങ്ങന്യാ വിളവെടുക്ക്വാ എന്നൊക്കെ ഞാൻ മന സ്സിലാക്കി വെച്ചിറ്റ്ണ്ട്. ഓറെ ചടാല് റേഡിയോ ആണെങ്കിലും എടക്കെടക്ക് ഇങ്ങന്യൊരു ഉപകാരുണ്ട്. റോഡിയോക്കാര് പറീന്നത് നാട്ടുമ്പുറത്ത് പരത്യാ അയ്ന്റെ വിത്ത് കിട്ടുംന്നാ. ഇല്ലേങ്കില് കാട്ട്ള് പോയി നോക്കണ്ടിവരും. സ്റ്റാർട്ടിങ്ങില് ഒന്നൊന്നര കിലോ വിത്ത് സംഘടിപ്പിക്കാൻ പറ്റ്യാ നമ്മ രക്ഷപ്പെട്ടു. മഴ സീസൺ തൊടങ്ങ്ന്ന യ്ന് മുന്നേ വിത്ത് നടണം. ചെറിയ തടങ്ങളാക്കി ചാണപ്പൊടി അടി വളായി ചേർത്ത് ഓരോ തടത്തിലും മൂന്നോ നാലോ വിത്തുകൾ ന ടണം. മുളപൊട്ടി പൊന്തിവരുമ്പം കമ്പ് കുത്തിക്കൊടുക്കണം. കമ്പീം കയറും കൊണ്ട് പന്തലിട്ടാൽ ചെടിയങ്ങ് പടർന്നുകേറിക്കൊള്ളും. നാലഞ്ചുമാസത്തേക്ക് തിരിഞ്ഞുനോക്കണ്ട. അഞ്ചാംമാസം മൊട്ടുണ്ടാവാൻ തൊടങ്ങും. ആറാം മാസം പൂവിരിയും. ഒരു കൊലേല് പത്ത് നൂറ് പൂക്കളുണ്ടാവും. കൊലകൊലയായി വിരിഞ്ഞ് നിൽക്ക്ണത് കാണാന്തന്നെ രസാരിക്വത്രെ! പൂവ് കണ്ടാപ്പറീല ഈ കായ ചൊറീന്ന്യാ ണ്ന്ന്. ഒരാഴ്ച കഴിമ്പം കായ കാണാന്തൊടങ്ങും. മൂപ്പെത്താൻ പിന്നീം മൂന്നുമാസം കൊറച്ച് വെഷമിക്കണംന്നേയുള്ളു. വെഷമിച്ചയ്ന്റെ ഫലം കിട്ടുന്നെന്ന്യാ റേഡിയോക്കാര് പറീന്നത്.

ഓറ്ടെ കണക്കുപ്രകാരം ഒരേക്കർ സ്ഥലത്ത് നിന്ന് ചുരങ്ങ്യത് ഇരുന്നൂറ് കിലോ പരിപ്പ് കിട്ടും. ഒര് കിലോയ്ക്ക് ആയിരം ഉറുപ്യവരെ വെലയ്ണ്ട് മാർക്കറ്റില്. പൊടിച്ച് പാക്കറ്റിലാക്കി വിറ്റാ അയ്നെക്കാൾ വെല കിട്ടും.

ഇപ്പം ന്ങ്ങക്കെല്ലാർക്കുമുള്ള സംശ്യം ഞാന്തന്നെ പറയാം. ചൊറിച്ചല് എടങ്ങാറാക്കൂലേന്ന്. പൈസ കൊട്ത്ത് കടിക്ക്ന്ന പട്ടീനെ വാങ്ങുമ്പോലത്തെ ഏർപ്പാടാവോന്ന്.

ചവിട്ട്യാ കടിക്കാത്ത പാമ്പില്ല എന്നാണ് റേഡിയോക്കാര്ടെ ഉത്തരം. നമ്മള് എങ്ങനെ നോക്കുന്നു എന്ന പോല്യാ ഇങ്ങോട്ടും കിട്ട്വ. ആദ്യാദ്യം ലേശം ചൊറിഞ്ഞൂന്ന് വരും. കുറേ ചൊറിയുമ്പം അയ്നെ കൗണ്ടർ ചെയ്യാനുള്ള പവറ് നമ്മളെ തൊലിക്കും മനസ്സിനും കിട്ടാണ്ടിരിക്കൂല.

അതോണ്ട് എനിക്ക് പറയാനുള്ളത്. ധൈര്യത്തോടെ നമ്മക്ക് എറങ്ങാം എന്നാണ്. ഇനി നമ്മക്ക് റസ്റ്റില്ലാത്ത കാലാ. ജൂണാവ്ന്ന യ്നെടക്ക് വിത്ത് കണ്ടെത്തണം. എന്നിട്ട് പഞ്ചായത്ത് കിണറിനടുത്തുള്ള സ്ഥലത്ത് വിതറ്വെന്നെ!

അഞ്ച്

കൊറെ പെണ്ണുങ്ങളീം കൂട്ടിന് പിടിച്ച് അയൽക്കൂട്ടം, ആട്ടിൻകാട്ടം എന്നൊക്കെ പറഞ്ഞ് ആടീം ഈടീം എളകി നടക്കാൻ തൊടങ്ങ്യപ്പം നേരത്തിനും കാലത്തിലും വല്ലതും തിന്നാൻ കിട്ടുന്നതും ഇല്ലാണ്ടായി രമേശാ.

കുമാരേട്ടൻ നെടുവീർപ്പിട്ടു.

കുമാരേട്ടനെ കാണുന്നതുതന്നെ ആശ്വാസകരമാണ് രമേശന്. ഇങ്ങനെയൊക്കെ പറയുന്നത് കേൾക്കുമ്പോൾ അയാൾ കുമാരേട്ടനെ കൈപിടിച്ച് കോലായിലെ ഇരുത്തിയിൽ ഇരുത്തും.

തുല്യദുഃഖിതരാണ് ഇരുവരും. ലോകാവസാനം വരെ ദിനേശ് ബീഡി നിലനിൽക്കുമെന്നാണ് ശ്യാമളയുടെ കഴുത്തിൽ താലികെട്ടുന്ന സമയത്ത് രമേശൻ വിചാരിച്ചിരുന്നത്. പണി ദിനേശിലായതുകൊണ്ട് മറ്റുള്ളവർ തട്ടിക്കൊണ്ടുപോകുന്നതിനു മുന്നേ ശ്യാമളയുടെ വീട്ടുകാർ ചാക്കിട്ടുപിടിക്കുകയായിരുന്നു. വിവാഹജീവിതത്തതിന്റെ ആദ്യനാളുകൾ എത്ര ആനന്ദകരമായിരുന്നു എന്ന് ഇടയ്ക്കിടെ ഓർക്കാറുണ്ട് രമേശൻ. എന്നും വൈകിട്ട് വീട്ടിലെത്തുമ്പോൾ പുഴുങ്ങിയ മുട്ട തോടുകളഞ്ഞ് വെച്ചിട്ടുണ്ടാവും. ശനിയാഴ്ച വൈകുന്നേരം കീശനിറയെ നോട്ടുകളുമായി പടികയറുമ്പോൾ ശ്യാമളയുടെ തുടുത്ത മുഖം തിളങ്ങും. തൊട്ടുരുമ്മി നിന്ന് അവൾ പറയും.

രാപകൽ കഷ്ടപ്പെട്ട്വോളു, അവനോന്റെ തടിനോക്കാണ്ട്.

രമേശന് അന്നേരം മേലാസകലം കോരിത്തരിക്കും.

രമേശേട്ടാ നമ്മക്കൊരു ഡോക്ടറെ കാണാമ്പോയാലോ. ആര്ടെ കുറ്റാന്നറിയാലോ.

ശ്യാമള പതുക്കെ എടുത്തിടും.

നീയൊരിക്ക മിണ്ടാണ്ടിരുന്നെ; ആര്ടെ കുറ്റായാലും ഇതൊന്നും ചികിത്സിച്ച് മാറ്റാൻ പറ്റുന്ന സൂക്കേടല്ല. നമ്മളെപ്പോലെ തന്ന്യല്ലേ അപ്പർത്തെ വിട്ടിലെ കുമാരേട്ടനും ശാന്തേച്ചീം. അവര് ഒരാസ്പത്രീലും പോണില്ലല്ലോ. ഒര് ഡോക്ട്രീം കാണ്ന്നില്ലാല്ലോ, അവരിക്കെന്താ ബുദ്ധിയില്ലാഞ്ഞിറ്റാ. വെറ്തെ ഡോക്ടർക്കും മര്ന്നിനും ന്ന് പറഞ്ഞ് പൈസ കുറെ കളയാന്നേയുള്ളൂ. മക്കളുണ്ടാവ്വാന്നൊക്കെ പറയ്ന്നത് ഒരു യോഗാന്നാ കുമാരേട്ടൻ പറയ്ന്നത്.

ശ്യാമള ദേഹത്തു നിന്ന് പെട്ടെന്ന് കൈയെടുത്തു

കുമാരേട്ടൻ!കുമാരേട്ടൻ! എല്ലയ്നും ഓറെ മാതൃകയാക്കാൻ നോക്ക്യാ നമ്മ രക്ഷപ്പെടാൻ പോന്നില്ല.

കുറെനേരം ഇരുവരും നിശ്ശബ്ദരാവും. അവസാനം ശ്യാമള തന്നെ തുടങ്ങും.

എന്നാല് ഏതെങ്കിലും വൈദ്യരെ പീട്യേന്ന് നായ്ക്കുരണപരിപ്പ് വാങ്ങിക്കൊണ്ടുവന്ന് രണ്ട്നേരം പാലിലരച്ചിട്ടുതന്നാല് കഴിക്കോ? അതിന്റെ ഫലം ഉണ്ടാവുംന്ന് ഈനെടക്ക് ആരോഗ്യമാസികേല് വായിച്ചിനല്ലോ.

രമേശന്റെ മുഖത്തപ്പോൾ കറുത്ത നിഴൽ പരക്കും,

നിനക്കെന്നെ മടുത്തുതൊടങ്ങി അല്ലേ....

സങ്കടം കലർത്തി രമേശൻ പറയും. അതുകേൾക്കുമ്പോൾ ശ്യാമള വീണ്ടും അടുത്തു ചേർന്നുനിന്ന് തോളിൽ തലചായ്ക്കും.

എന്റെ രമേശേട്ടൻ അങ്ങനെ മാത്രം പറയരുത്, രമേശേട്ടൻ ഒരു ഡോക്ടറേം കാണണ്ട. ഒരു മരുന്നും കയ്ക്കണ്ട നമ്മക്കിപ്പം സന്തോഷത്തിനെന്താ കൊറവ്?

ശ്യാമള രമേശന്റെ നെഞ്ചിനുള്ളിൽ ഒളിക്കും.

ചെറിയ പിണക്കങ്ങൾ; ചെറിയ പരിഭവങ്ങൾ, പക്ഷേ ഒരിക്കലും സ്നേഹത്തിന്റെ അടിയൊഴുക്കിന് കുറവുണ്ടായിരുന്നില്ല.

ഇപ്പം കാലംമാറി കുമാരേട്ടാ. നമ്മളെ പെമ്പിറന്നോരും വാളെടുക്കാൻ തൊടങ്ങി. തിന്നാനും കുടിക്കാനും കഷ്ടിയാണെന്നത് നേര്. എന്നാല് ഉള്ളത് നേരാവണ്ണം ഉണ്ടാക്കിത്തരോന്ന് ചോദിച്ചാ അതൊട്ടില്ല താനും.

രമേശൻ ദൂരേക്ക് നോക്കിയിരുന്നു.

ദിനേശ് പൂട്ടിപ്പോയത് എന്റെ കുറ്റം കൊണ്ടാണോ കുമാരേട്ടാ. ആൾക്കാറ് ബീഡിവലിക്കുന്നത് നിർത്തി ചെറ്പ്പക്കാരൊക്കെ പാൻമസാലേന്റെ ബേക്കിലോടി. ബാക്കിയുള്ളോര് എറക്കുമതി സിഗരറ്റില് തൂങ്ങിപ്പിടിച്ച് നിന്നു. ഞങ്ങളെന്താക്കാനാ. സമരവുമായി മാനേജ്മെന്റിന്റെ നേർക്ക് ചെന്നപ്പം മാനേജ്മെന്റ് സർക്കാരിനെതിരെ സമരത്തിന് പോയിരിക്ക്ന്ന്. ആരോടാ പറയേണ്ട. ഇപ്പം വീട്ടുകാർക്കും നാട്ടുകാർക്കും കണ്ടൂടാണ്ടായത് മിച്ചം. പണ്ട് ഒന്നരാടം അന്വേഷണം നടത്താറുണ്ടായിരുന്ന ഭാര്യവീട്ടുകാർ ഇപ്പം തിരിഞ്ഞ് നോക്ക്ന്നില്ല.

ആരീം കുറ്റം പറഞ്ഞിറ്റ് കാര്യൂല്ല രമേശാ-കഴുതക്കാമം കരഞ്ഞു തീർക്ക്വാന്നല്ലാണ്ട്. പക്ഷേ നമ്മളെ പണിപോയപ്പം അത് മൊതലെടുക്കാൻ ഓരോ പണ്ടാരങ്ങള് എറങ്ങിപ്പൊറപ്പെട്ടിരിക്ക്വാ. അതാ സഹിക്കാൻ പറ്റാത്തെ. പെണ്ണുങ്ങള്മാരെ വെച്ച് ചാടിക്കളിക്കെടാ കൊച്ചുരാമാ എന്ന് കളിപ്പിക്ക്വാ. കൊറെ കഷ്ടപ്പാടും ടെൻഷനുമല്ലാണ്ട് ഇന്നേവരെ എന്തെങ്കിലും സമ്പാദിച്ചിറ്റ്ണ്ടോ. ദാരിദ്രനിർമാജനം മണ്ണാങ്കട്ട!മൂർഖൻ കടിച്ച വിഷം പച്ചപ്പുല്ലിൽ ഉരച്ചുതേച്ചാൽ മാറിക്കിട്ട്വാഡോ? ചതിയാണ് കൊടും ചതി. സർക്കാരിന്റെ ഓരോ പരിപാടിവെരുമ്പം അതിലാളെ കൂട്ടാൻ ഉണ്ടാക്ക്യ ഏർപ്പാടല്ലേ ഇത്. അല്ലാണ്ട് എന്തു മാജിക്കാ ഇവര് കാട്ടാമ്പോണ്. മലമുഴുവൻ കുത്തിയൊലിച്ച് പോമ്പം അതിലെ മരങ്ങള് ബാക്കിയാക്കാൻ നോക്കുന്നപോലെത്തെ മണ്ടത്തരം. ഈറ്റിങ്ങക്ക് ഇത് തിരിയാത്തതാണ് കഷ്ടം. ഓരോ ചൊറിച്ചൽ പണീംകൊണ്ട് എറങ്ങിയിരിക്ക്ന്ന്. നായ്ക്കുരണ നട്ടുപിടിപ്പിക്കാൻ പോവ്വാത്രെ! ആട നമ്മളെ മുറ്റത്ത് അത് നടപ്പാക്ക്ന്ന ആഘോഷാ. എന്തിന്റെ പൊറപ്പാടാന്ന് ആർക്കറിയാം.

കുമാരേട്ടൻ താടിക്ക് കൈകൊടുത്ത് ദീർഘനിശ്വാസം വലിച്ചു. പുതിയ അറിവുകിട്ടിയ രമേശൻ പെട്ടെന്ന് അസ്വസ്ഥനായി. ചോര തിളച്ചു കയറി.

ബാക്കിയെല്ലായി. ഇനി അതുംകൂടേ്യ വേണ്ടൂ. സമ്മതിക്കാൻ പാടില്ല കുമാരേട്ടാ. തീകൊണ്ടുള്ള കളയാണിതെന്ന് പറഞ്ഞുകൊടുക്കണം. നമ്മളോടൊരു വാക്ക് ചോയ്ക്കാണ്ട് ഓരോ തോന്ന്യാസത്തിന് എറങ്ങിപ്പൊറപ്പെട്ടിട്ട് അവസാനം നാട്ട്കാര്ടെ ചീത്ത കേൾക്കാൻ നമ്മളേ ഉണ്ടാവൂ. ഇവള്മാര് അടുക്കളേലോ അടുപ്പിൻ കുണ്ടിലോ പോയി ഒളിക്കും. ഇങ്ങന്യൊക്കെ കയറൂരിവിട്ടാ നമ്മ ഭർത്താക്കൻമാര് എന്ന് പറയ്ന്ന സാധനങ്ങൾക്ക് എന്താണൊരു വില! പോയ് കലക്ക് കുമാരേട്ടാ.

രമേശൻ പിരികയറ്റിക്കൊടുത്തു. കുമാരേട്ടൻ എഴുന്നേറ്റു. മുറ്റത്തിറങ്ങി ഒന്ന് ശങ്കിച്ചു.

ന്ട്ട പ്രാണൻ പോയിറ്റ് എന്തെങ്കിലും പറയാൻ വാക്കൊന്നും നാക്കിൻ

തുമ്പത്ത് വെർന്നില്ല. ഒരു താക്കത്ത് കിട്ടാൻ നിന്റട്ത്ത് എന്തെങ്കിലും ഇരിപ്പുണ്ടോ രമേശാ...

രമേശൻ അതു കേൾക്കാൻ കാത്തുനില്ക്കുകയായിരുന്നു. ഉടനെ അകത്തുപോയി, രണ്ടു ഗ്ലാസുകളും ഒരു മഗ്ഗ് വെള്ളവുമായിവന്നു. അരയിൽ നിന്ന് ഒരു കുപ്പിയും പുറത്തെടുത്തു.

മിലിട്രിയാ. ഉഗ്രൻ സാധനം. പുരുഷേട്ടന്റെ ക്വാട്ട. ഇന്നലെ രാത്രീല് പോയി വാങ്ങ്യതാ. ഇത്രേം ബാക്കിയ്ണ്ട്. കുമാരേട്ടന്റെ വീതം തരാണ്ട് തീർക്കാനൊരു മടി.

ഗ്ലാസുകൾ നിറഞ്ഞു. കുമാരേട്ടൻ കണ്ണടച്ച് ഒറ്റവലിക്ക് കുടിച്ചു തീർത്തു.

നീ നല്ലോനാ രമേശാ. നീയുങ്കൂടിയില്ലെങ്കില് എന്റെ ജന്മം കട്ടപ്പൊഹ. നീ എന്റൊപ്പം നിക്ക്വെങ്കില് നമ്മക്കവള്മാർടെ മുട്ടുകാല് തല്ലിയൊടിക്കാം. വിപ്ലവം നടത്താൻ പോക്ന്ന ദരിദ്രവാസികൾ! ഫൂ!

ആറ്

സുഹൃത്തുക്കളേ വളരെ സന്തോഷത്തോടുകൂടിയാണ് ഞാനിവിടെ നിൽക്കുന്നത്. സ്ത്രീകൾക്ക് ഒരു സദസ്സിനു മുന്നിൽ എഴുന്നേറ്റ് നിന്ന് രണ്ടുവാക്ക് പറയാൻ കഴിയുക എന്നത് നിസ്സാര കാര്യമല്ല. ഇവിടെ സെക്രട്ടറിയും പ്രസിഡണ്ടും വളരെ കാമ്പുറ്റ പ്രസംഗം തന്നെയാണ് നടത്തിയിരിക്കുന്നത്. വാസ്തവത്തിൽ ഇതുതന്നെയാണ് അയൽക്കൂട്ടം പരിപാടിയുടെ വിജയം. വാർഡ്മെമ്പർ എന്ന നിലയിൽ ഞാൻ നിങ്ങളെ പ്രത്യേകം അഭിനന്ദിക്കുകയാണ്.

പാവപ്പെട്ട കുടുംബങ്ങളിലെ സ്ത്രീകൾ ഒത്തുചേർന്ന് അവരുടെ സുഖദുഃഖങ്ങൾ പങ്കുവെക്കുകയും പുതിയ ധനാഗമന മാർഗങ്ങൾ കണ്ടെത്തുകയും പരസഹായമില്ലാതെ സ്വന്തം കാലിൽ നില്ക്കാൻ ശേഷിനേടുകയും സാമൂഹ്യതിൻമകൾക്കെതിരെ പ്രതികരിക്കാൻ ശക്തിനേടുകയും ചെയ്യുന്നത് ഈ സംവിധാനത്തിന്റെ നേട്ടമാണ്. സ്വയം രക്ഷക്കുള്ള പോർച്ചട്ട അണിഞ്ഞ് സമരത്തിന് സജ്ജരാവുകയാണ് നാമിവിടെ ചെയ്യുന്നത്. ഇന്നലെവരെ സ്ത്രീകൾ മുഖമില്ലാത്തവരും അറിയപ്പെടാത്തവരും അധികാരമില്ലാത്തവരും ശബ്ദമില്ലാത്തവരും ശക്തിയില്ലാത്തവരും ഒരിക്കലും ഒന്നിനും പരിഗണിക്കപ്പെടാത്തിവരുമായിരുന്നു. ഇന്നത് മാറി വരികയാണെന്ന് ഞാൻ പ്രത്യേകം പറയേണ്ടതില്ലല്ലോ.

പ്രതിബന്ധങ്ങളെ അതിജീവിച്ചുകൊണ്ട് മുന്നേറുകയാണ് ലോകം. ആദർശത്തിനു മേലെ. അടയിരുന്നാൽ നമ്മുടെ കാൽക്കീഴിലെ മണ്ണ് ഒലിച്ചുപോവുന്നത് നാം അറിഞ്ഞെന്നുവരില്ല. ലക്ഷ്യം മാർഗത്തെ

സാധൂകരിക്കുന്നു എന്നുണ്ടല്ലോ.

ആയതിനാൻ പുതിയ പരീക്ഷണങ്ങൾ പ്രയോഗിച്ചു നോക്കാനുള്ള നിങ്ങളുടെ ധൈര്യത്തെ വാർഡ്മെമ്പർ എന്ന നിലയിൽ എനിക്കു കുറച്ചുകാണാനാവില്ല. നാം ഒരു പുതിയ സംരംഭം ഏറ്റെടുക്കുമ്പോൾ അതിന്റെ വിവിധ വശങ്ങൾ ഇഴചികഞ്ഞും കീറിമുറിച്ചും പരിശോധനക്ക് വിധേയമാക്കേണ്ടതുണ്ട്. ഉദാഹരണത്തിന് നിങ്ങൾ നായ്ക്കുരണ കൃഷിചെയ്യാനുദ്ദേശിക്കുമ്പോൾ അത് സമൂഹത്തിന് സമ്മാനിക്കുന്നത് ഗുണമോ ദോഷമോ? നൻമയോ തിൻമയോ? ശാന്തിയോ അശാന്തിയോ?

നിങ്ങളുടെ ചർച്ച ശ്രദ്ധാപൂർവ്വം കേൾക്കുകയായിരുന്നു. ഞാൻ. ഈ സാധനത്തിന്റെ കുരുത്തക്കേടുകളെക്കുറിച്ച് നിങ്ങൾക്ക് ബോധ്യമുണ്ട്. പൊതുവെ ശല്യക്കാരനായിട്ടാണ്. ജനം ഇതിനെ വിലയിരുത്തിയിട്ടുള്ളത്. നിങ്ങൾ ഇവിടെ പ്രസ്താവിച്ച അപാരമായ ഗുണവിശേഷങ്ങൾ മുഴുവൻ ഇതിന്റെ ചൊറിച്ചിലിനു മുന്നിൽ നിഷ്പ്രഭമാവുന്നു. പഞ്ചായത്തു കിണറിനു സമീപത്ത്, അതായത് സദാ ആൾപ്പെരുമാറ്റമുള്ള അരയേക്കർ സ്ഥലത്ത് ഇത് വിളഞ്ഞു നിൽക്കുന്നത് സങ്കൽപിക്കുക. സ്വാഭാവികമായും ആർക്കെങ്കിലും എവിടെയെങ്കിലും പ്രയോഗിച്ചുനോക്കാമെന്നു തോന്നും. നമ്മുടെ പഞ്ചായത്തിൽ പ്രതികാരത്തിന്റെയോ പ്രതിഷേധത്തിന്റെയോ ഒരു നിഴലാട്ടമെങ്കിലും ഇതുവരെ ഉയർന്നു കേട്ടിട്ടില്ല. അസ്വാരസ്യങ്ങളൊന്നുമില്ലാതെ സുഗമമായി അത് മുന്നോട്ട് ചലിക്കുകയാണ്. പക്ഷേ ഒരായുധം കിട്ടിയാൽ അത് ആര്, ആർക്കെതിരെ പ്രയോഗിക്കും എന്ന് മുൻകൂട്ടി പ്രവചിക്കാൻ സാധ്യമല്ല. പറഞ്ഞുവരുന്നത് നമ്മുടെ മനഃസമാധാനം തകരാറിലാവും എന്നു തന്നെയാണ്. സമൂഹത്തിന് ചൊറിച്ചിലുണ്ടാക്കുന്ന യാതൊന്നും ഇവിടെ ഉണ്ടായിക്കൂടാ എന്ന് പഞ്ചായത്ത് ആഗ്രഹിക്കുന്നു. അച്ചടക്കമുള്ള സ്വസ്ഥതയുള്ള സമൂഹം, അതായിരിക്കണം നമ്മുടെ ലക്ഷ്യം. വൻഭൂരിപക്ഷത്തോടെയാണ് ഈ വാർഡിൽ രണ്ടാമതും ഞാൻ ജയിച്ചിട്ടുള്ളത്. വോട്ടർമാരോട് നന്ദികേട് കാണിച്ചാൽ അവർ എന്നെ വെറുതെ വിടുമോ? എന്റെ രക്ഷ എനിക്കു നോക്കണ്ടേ?

ആയതിനാൽ നമുക്ക് വെണ്ടയോ വെള്ളരിയോ പയറോ പടവലമോ കൃഷിചെയ്ത് സമൂഹത്തനൊപ്പം നീങ്ങാം. നിങ്ങളുടെ വിശദമായ ചർച്ചയ്ക്ക് പരിസമാപ്തി എന്നോണം എനിക്കു നിർദ്ദേശിക്കാനുള്ളത് ഇതാണ്. വാർഡ് മെമ്പർ എന്ന നിലയിൽ എന്റെ എല്ലാ അനുഗ്രഹങ്ങളും ആശീർവാദങ്ങളും നിങ്ങൾക്ക് ചൊരിയുകയാണ്. നിങ്ങളുടെ സുഖദുഃഖങ്ങൾ പങ്കുവെക്കാൻ നിങ്ങളിലൊരാളായി എന്നും ഞാനുണ്ടാവും തീർച്ച. നന്ദി നമസ്ക്കാരം.

●

വിരലുകൾ

'ഇനിയും വരും ഇവൾ അഗ്നിയായ്' എന്ന നാടകത്തിന്റെ ഫൈനൽ റിഹേഴ്സൽ കുന്നുംപുറം ജനകീയ കലാസമിതിയിൽ അവസാനിക്കുമ്പോൾ സന്ധ്യ കഴിഞ്ഞിരുന്നു. ഞരമ്പുകൾ വലിച്ചുമുറുക്കിയ അംഗചലനങ്ങൾക്കും കത്തിവാൾ മൂർച്ചയുള്ള ഡയലോഗുകൾക്കും ശേഷം കാറ്റഴിച്ചുവിട്ട റബ്ബർട്യൂബ് പോലെ അഭിനയക്കാർ അയഞ്ഞു. ഒരു ഗ്ലാസ് തണുത്തവെള്ളം സെക്രട്ടറിയോടാവശ്യപ്പെട്ട് സംവിധായകൻ മടക്കുകസേര നിവർത്തി. ചാരിയിരുന്ന് കണ്ണുകളടച്ചു. ഉപദേശ നിർദേശങ്ങൾക്കായി ക്ഷണിച്ചുവരുത്തിയവർ അവർക്കുലഭിച്ച തുണ്ടുകടലാസുകളിൽ എന്താണെഴുതേണ്ടത് എന്ന് ആലോചിച്ചു കൊണ്ടിരുന്നു.

'ഇതുകൊണ്ടുമാത്രം എല്ലാം അവസാനിച്ചുവെന്ന് ആരും കരുതേണ്ട. എണ്ണിയെണ്ണി കണക്കുതീർക്കാൻ ആയിരം നാവുള്ള അഗ്നിയായി ഇവൾ ഇനിയും വരും, ഇനിയും വരും, ഇനിയും വരും' എന്ന് കണികളുടെ നേർക്ക് വിരൽചൂണ്ടി ആക്രോശിച്ചു നില്പായിരുന്ന സാവിത്രിക്ക് സരളയാവാൻ അല്പം കൂടി സമയമെടുത്തു. ചൂണ്ടിയ വിരൽ ആകാശത്തുതന്നെ തങ്ങിനിന്നു. വിരലിലേക്ക് കേന്ദ്രീകരിച്ചിരുന്ന ലൈറ്റ് അണഞ്ഞിട്ടും ചൂട് മാറിയില്ല ബോധത്തിലേക്ക് തിരിച്ചുവന്നിട്ടും അത് തന്റെ വിരൽതന്നെയോ എന്ന് അവൾക്ക് സംശയമുണ്ടായി.

പൊടുന്നനെ വിരൽ മടക്കി, കൈ താഴ്ത്തി, എന്തോ ഓർത്തിട്ടെന്ന പോലെ ഓടിവന്ന് ജനലഴികൾക്കിടയിലൂടെ പുറത്തേക്കു നോക്കി.

'ഈശ്വരാ ഇത്രയായോ നേരം' എന്ന് ആരോടെന്നില്ലാതെ പറഞ്ഞ് വേവലാതിയോടെ ഓടിക്കൊണ്ട്, മേശപ്പുറത്ത് വെച്ചിരുന്ന കർച്ചീഫെടുത്തു. അതിന്റെ അറ്റത്ത് ഒരു കുഞ്ഞു തുണിപ്പാവയുടെ തലപോലെയുണ്ടായിരുന്ന കെട്ട് അഴിച്ചു. തുട്ടുകളിൽ നിന്ന് ഒരു രൂപ യെടുത്ത് വരാന്തയിലുള്ള കോയിൻ ബോക്സിനടുത്തേക്കോടി. ''ശാരദേച്ചീ ഇത് ഞാനാ, തെക്കേ വീട്ടിലെ സരള, ഒന്ന് അമ്മേന്യോ, അച്ഛന്യോ ആടത്തേക്ക് വരാമ്പറയ്യോ. കൊറച്ച് കയ്ഞ്ഞ് പിന്നേം വിളിക്കാം'' എന്ന് തെല്ലു സങ്കോചത്തോടെ പറഞ്ഞൊപ്പിച്ചു

ഈ ഇരുട്ടത്ത് ടോർച്ചുമെടുത്ത് ശാരദേച്ചിക്ക് വീട്ടിൽപ്പോയി വിവരം പറയുക പ്രയാസമാണെന്നറിയാഞ്ഞിട്ടല്ല. പിള്ളേരൊന്നും പറഞ്ഞാൽ കേൾക്കില്ല. അവരുടെ ചെറുപ്പക്കാരികളായ അമ്മമാർ 'ശിപായിപ്പണിക്കൊന്നും നമ്മളെ കിട്ടില്ല' എന്ന മട്ടിൽ മുഖം കോട്ടി തിരിഞ്ഞുനടക്കും. മനസ്സിൽ എത്ര പിരാകിയാലും നീരുവന്ന് വീർത്ത കാലുകൊണ്ട് ശാരദേച്ചിതന്നെ ഏന്തിവലിഞ്ഞുപോകും.

അല്പം കഴിഞ്ഞ് വീണ്ടും കോയിനിടുമ്പോൾ, സെക്രട്ടറി 'അയ്യോ ഞാൻ മൊബൈൽ തരുമായിരുന്നല്ലോ' എന്ന് ഓടിവന്ന് പറയുകയുണ്ടായി. അത് ശ്രദ്ധിക്കാതെ ശാരദേച്ചിയുടെ നമ്പറിൽ വിരലമർത്തി. സെക്രട്ടറി ആ വിരലുകളിലേക്ക് നോക്കിപ്പോയി. ആധിയും അസ്വസ്ഥതയും അരക്ഷിതബോധവും വിരലുകളിലേക്ക് ഊർന്നിറങ്ങിയപോലെ... അഭിനയിക്കുമ്പോഴുണ്ടായിരുന്ന ഉശിരും ഊർജ്ജവും. ആ വിരലുകളിൽ നിന്ന് ചോർന്ന് പോയിരിക്കുന്നു.

ഫോണെടുത്തത് അമ്മ. ആ കുരിപ്പുകാലനെ ഇന്നും കെട്ടിക്കൊണ്ടന്നത് നാലുകാലിലാണെന്നും കൂട്ടാനും കിഴിക്കാനും വരാൻ ഇവിടെ ഒരുത്തനുമില്ലെന്നും, നട്ടപ്പാതിരയായിട്ടും കുടിയടങ്ങാതെ നാട്ടുകാരെക്കൊണ്ട് അതുംമിതും പറയിപ്പിക്കാനാണ് ഭാവമെങ്കിൽ ചെവിക്കുറ്റി ഞാനടിച്ചു പൊട്ടിക്കുമെന്നും അമ്മ പറഞ്ഞു. അഴിഞ്ഞാട്ടക്കാരിയാവാനാണോ പൊറപ്പാട്, ഇത് അന്യവീടായിപ്പോയി. എന്റെ നാക്ക് തേച്ചും പൊറത്തെട്പ്പിക്കണ്ട, ബാക്കി ഇങ്ങോട്ട് എഴുന്നള്ളിയശേഷം തരാം എന്നിങ്ങനെ കലമ്പൽ തുടർന്നപ്പോൾ ക്ഷമകെട്ടതുപോലെ ഫോൺ മൂളിമൂളി വാണിങ് കൊടുത്തു. ചീത്തപറയൽ മൂർധന്യത്തിലെത്തിയപ്പോൾ 'ഫ തള്ളേ' എന്ന മട്ടിൽ ഫോൺ സ്വയം കട്ടായി.

എങ്ങനെയാണ് ഈ ഇരുട്ടത്ത് ഇത്രയും ദൂരം ഒറ്റയ്ക്ക് നടന്നുപോവുക എന്നാലോചിച്ചപ്പോൾ സരളയുടെ കാലിനടിയിൽനിന്ന് മൂർധാവുവരെ എന്തോ ഇരച്ചുകയറി, രചയിതാവ്, സംവിധായകൻ, അഭിനേതാക്കൾ, ടെക്നീഷ്യന്മാർ, കലാസമിതി ഭാരവാഹികൾ, പ്രത്യേക ക്ഷണിതാക്കൾ എന്നിങ്ങനെ പത്തിരുപത്തഞ്ച് ആണുങ്ങൾ ചുറ്റിലുമുണ്ട്. ആരാണ്, അച്ഛന്റെയോ ആങ്ങളയുടെയോ റോളെടുത്ത് കൂടെ വരാൻ തയ്യാറാവുക എന്ന് ആലോചിച്ചു നിൽക്കവേ, സെക്രട്ടറി, ഒരു

ഓട്ടോ ഏർപ്പാടാക്കിയാൽ, ഒറ്റയ്ക്ക് പോകാമോ എന്നു ചോദിച്ചു. പരിചയമുള്ള ഓട്ടോക്കാരനാണെങ്കിൽ പോകാം എന്നു മറുപടി പറഞ്ഞപ്പോൾ, ജോയിന്റ് സെക്രട്ടറി ദിനേശന്റെ എളേപ്പന്റെ മോനാണ്, പയ്യനാണ്, ശുദ്ധനാണ്, അച്ചടക്കമുള്ളോനാണ് എന്നൊക്കെ ആശ്വസിപ്പിച്ചു.

ദിനേശൻ എളേപ്പന്റെ മോന്റെ നമ്പറിൽ പലവട്ടം അമർത്തിയിട്ടും പരിധിക്ക് അകത്തേക്ക് കൊണ്ടുവരാനായില്ല. ഇനിയെന്താണൊരു വഴി എന്ന് ആലോചിച്ച് സെക്രട്ടറി അങ്ങോട്ടുമിങ്ങോട്ടും നടന്നു. ഇവിടെ നാടകത്തിന്റെ ശക്തിദൗർബല്യങ്ങളെക്കുറിച്ച് ഡിസ്കഷൻ നടത്തുന്നതിന് പ്രമുഖ വ്യക്തികൾ എത്തിയിട്ടുണ്ട്. ഉരച്ചുമിനുക്കേണ്ടുന്ന പണി ഇനിയാണ്. നാളെ അരങ്ങിലെത്തുന്നതിനു മുൻപ് നൂറുകൂട്ടം കാര്യങ്ങളുണ്ട് ചെയ്തുതീർക്കാൻ. നിന്നുതിരിയാൻ നേരമില്ല, ആർക്കും.

റിഹേഴ്സൽ സമയത്ത് സന്ധ്യക്കു മുൻപ് വീട്ടിലെത്തിക്കാം എന്നായിരുന്നു നടിയോടുണ്ടാക്കിയ കരാറുകളിലൊന്ന്. അത് പാലിച്ചേ പറ്റൂ. ഇല്ലെങ്കിൽ നാളെ സ്റ്റേജ് കയറലുണ്ടാവില്ല. പത്തുപന്ത്രണ്ട് ബൈക്കുകളെങ്കിലുമുണ്ട് മുറ്റത്ത്. കാലം അല്പമൊന്നു പുരോഗമിച്ചിരുന്നെങ്കിൽ ഏതു പെണ്ണിനെയും ഏത് അക്യാബിലേക്കും ഠപ്പേ എന്ന് കൊണ്ടാക്കാം. ഓട്ടോ ഏർപ്പാടാക്കിയാൽത്തന്നെ വിശ്വസിക്കാൻ പറ്റുന്ന ആരെയെങ്കിലും തിരിഞ്ഞുപിടിച്ച് കുടെ വിടണം. സെക്രട്ടറി എല്ലാവരെയും നോക്കി. ദുഷിച്ച നോട്ടമുള്ള ഒരു കണ്ണെങ്കിലും എല്ലാ മുഖങ്ങളിലുമുണ്ടെന്ന് സെക്രട്ടറിക്കു തോന്നി. കണ്ണുമടച്ച് വിശ്വസിക്കരുത് ആരെയും. പേരുദേഷം വരാൻ ഇത്തിരി നേരമേ വേണ്ടൂ.

ആകാശത്തൂടെ പറന്നുപോകുന്ന അടി കോണി കയറി വാങ്ങുമ്പോലുള്ള ഏർപ്പാടാണ് ഈ സെക്രട്ടറിപ്പണിയെന്ന് പലപ്പോഴും തോന്നിയതാണ്. സ്ക്രിപ്റ്റ്, സംവിധാനം, അഭിനയം, റിഹേഴ്സൽ, മ്യൂസിക്, മേക്കപ്പ്, സ്റ്റേജ്, ലൈറ്റ്, സൗണ്ട്, പിരിവ്, ചെലവ്, ഓഡിയൻസ്... ഏതു കാര്യമെടുത്താലും നായിക്കുർണ തൊട്ടതുപോലെയാണ്. നടിയെ സംഘടിപ്പിക്കാൻ പുറപ്പെട്ടലാണ് ചൊറിച്ചിൽ ജാസ്തിയാവുക. കഷ്ടപ്പെട്ട് സംഘടിപ്പിച്ചാലോ സംരക്ഷണം അതിലും പ്രയാസം. എത്ര സദാചാരം പ്രസംഗിച്ചാലും ആമ്പിള്ളേർ തരം കിട്ടിയാൽ വർഗസ്വഭാവം പുറത്തെടുക്കും. ഇവിടെത്തന്നെ നോക്കൂ. പേരുദോഷത്തിന്റെ ചെറിയ കറയെങ്കിലും പുരളാത്ത ഒരാളെയെങ്കിലും കാണിച്ചു തരാമോ? അയൽപ്പക്കത്തെ കുളിമുറിയിൽ ഒളിഞ്ഞു നോക്കിയവരുണ്ട്. ഉച്ചപ്പടം ഒന്നൊഴിയാതെ കാണുന്നവരുണ്ട്.നീല സി.ഡി കളും കമ്പിപുസ്തകങ്ങളും അരയിലൊളിപ്പിച്ച് പരസ്പരം കൈമാറുന്നവരുണ്ട്, ബസ്സിൽ ഇരിക്കുന്ന സ്ത്രീകളുടെ മുതുകിൽ ചാരി നിർവൃതി കൊള്ളുന്നവരുണ്ട്. ട്യൂട്ടോറിയൽ വിടുന്ന സമയത്ത് ഒരു ജോലിപോലെ കപ്പാലത്തിനടുത്തേക്ക് കുതിക്കുന്നവരുണ്ട്, അവിഹിതങ്ങളുടെ നാറുന്ന കഥകൾ പേറുന്നവരുണ്ട്.

ഇതൊന്നും ആരും പച്ചയായി പറഞ്ഞു നടക്കാറില്ലെങ്കിലും എല്ലാവർക്കുമറിയാം.

ഇവളൊരു നടികൂടിയാണ് സമൂഹം വെറുമൊരു നാടകനടിയെ ഏതു കണ്ണിലൂടെയാണ് നോക്കുന്നത് എന്ന് ഈ പുരോഗമിച്ച നാട്ടിൽപ്പോലും ആരും പഠനവിഷയമാക്കിയിട്ടില്ല. ആൺകോയ്മയുടെ പെരുങ്കോട്ടകൾ അടിച്ചുതകർക്കാതെ ഇതിനൊന്നും മാറ്റം വരില്ല. സെക്രട്ടറിയുടെ ധാർമികരോഷം പതഞ്ഞുപൊന്തുകയായിരുന്നു.

കലാസമിതി കുറേ കാലമായി ഇമ്മാതിരി അലമ്പുകൾ എടുത്ത് മുതുകിൽ വെക്കാറില്ല. ഓണത്തിനോ ക്രിസ്തുമസിനോ ആംഗ്യപ്പാട്ട്, കഥപറയൽ, മിഠായിപെറുക്കൽ, ആനയ്ക്ക് വാൽ വരയ്ക്കൽ തുടങ്ങിയ സമൂഹ്യ പ്രർത്തനങ്ങൾ സംഘടിപ്പിച്ച് ആരെക്കൊണ്ടും പറയിക്കാതെ തട്ടിയും മുട്ടിയും മുന്നോട്ടുപോവുകയായിരുന്നു. അത്യാവശ്യത്തിന് തെക്കോട്ടുള്ള വല്ല പ്രൊഫഷണലുകാരെയും കൊണ്ടുവന്ന് നാടകം കളിപ്പിക്കും. ടെൻഷൻ കുറവ്, പണം പിരിച്ചെടുത്ത് റബ്ബർ ബാൻഡിട്ട് ഏൽപിക്കുകയേ വേണ്ടൂ. അതിനിടയിലാണ് ഓരോ മാരണം തലയിൽ കയറ്റി വെച്ചിരിക്കുന്നത്. സ്വന്തമായി ഒരു നാടകം എഴുതിയുണ്ടാക്കി സ്റ്റേജിലവതരിപ്പിക്കണമെന്നും ഗൃഹാതുരത്വം ഉണർത്തുന്ന പഴയകാല ഓർമ്മകൾ തിരിച്ചു കൊണ്ടുവരണമെന്നും ജനറൽബോഡിയിൽ അഭിപ്രായങ്ങൾ പൊന്തിവരികയായിരുന്നു. പൈങ്കിളി ആയിക്കൂടാ. സാമൂഹ്യപ്രതിബദ്ധത അനിവാര്യം. നാടകം കണ്ട് ഒരുത്തനെങ്കിലും മനസ്സുമാറണം. നേർവഴി സ്വീകരിക്കണം. ചർച്ചകൾ തകൃതിയായി.

സ്ത്രീകൾക്ക് നേരെയുള്ള ശാരീരികവും മാനസികവുമായ അതിക്രമങ്ങളാണ് ഇന്ന് നാം നേരിടുന്ന മഹാവിപത്തെന്ന് സർവേ റിപ്പോർട്ടുകൾ ഉദ്ധരിച്ച് സെക്രട്ടറി വിശദീകരിച്ചു. ഡാറ്റകളും കണുക്കുളും കൊണ്ട് സാധൂകരിച്ചു. എങ്കിൽ അതിനെതിരെ ചെറുത്തുനിൽപ്പ് അനിവാര്യമാണെന്നും നാടകത്തിലൂടെ താക്കീത് നല്കിയാൽ കൊള്ളേണ്ടിടത്തൊക്കെ കൊള്ളുമെന്നും സമൂഹം രക്ഷപ്പെടുമെന്നും പറഞ്ഞ് പിന്താങ്ങാൻ അംഗങ്ങൾ അനവധി.

ഉറ്റവവറ്റിയെന്ന് സ്വയം കരുതി എഴുത്തൊക്കെ മടക്കിപ്പൂട്ടി അട്ടത്തുകയറ്റിവെച്ചിരുന്ന കെ.പി. പവിത്രൻ മാഷ് തന്റെ സർഗശേഷി പൊടിതട്ടി പുറത്തെടുത്തു. സമൂഹത്തിൽനിന്ന് അടർത്തിയെടുത്ത കഥാപാത്രങ്ങൾ. 'ഇനിയും വരും ഇവൾ അഗ്നിയായ്' അങ്ങനെ പടർന്നു കയറുകയായിരുന്നു. സമിതിയിൽ വായിച്ചുകേൾപ്പിച്ചപ്പോൾ മെമ്പർമാരുടെ സിരകളിൽ ചോര തിളച്ചുമറിയുകയായിരുന്നു. ഇത് കലക്കും.

പരമ്പരാഗത സംവിധായകൻ എത്ര തലകുത്തി മറിഞ്ഞാലും നാടകാസ്വാദകരുടെ കഷായം കുടിച്ച മുഖം കാണേണ്ടിവരുമെന്നും ഒരു സ്കൂൾ ഓഫ് ഡ്രാമക്കാരനെ തൊട്ടുകൂട്ടാൻ കിട്ടിയാൽ റെയ്ഞ്ച്

വല്ലാതെ ഉയരുമെന്നും അഭിപ്രായങ്ങളുണ്ടായി. ഇവിടെ മാത്രം ഇറക്കുമതിയാവാമെന്ന കോംപ്രമൈസിലെത്തി. ബാക്കിയെല്ലാം നാട്ടിലെ സോഴ്സുപയോഗിച്ച് ചെയ്യണം.

നടന്മാരെ ഉള്ള കോപ്പുകൊണ്ട് മിനുക്കിയെടുക്കാം. പക്ഷേ, നടി! പിൻകർട്ടനു പിറകിൽ മാത്രം നിർത്തി നിറസാന്നിധ്യമുണ്ടെന്ന പ്രതീതി ഉളവാക്കുന്ന ടൈപ്പ് നാടകങ്ങളുണ്ടല്ലോ, അമ്മാതി നമ്പരുകൾ പ്രയോഗിക്കാമോ എന്ന് പവിത്രൻമാഷോട് സ്വകാര്യമായി ചോദിച്ചിരുന്നതാണ്. 'അരങ്ങത്തുനിന്ന് അടുക്കളയിലേക്ക് അല്ലേ' എന്ന മുടന്തൻ പരിഹാസം കൊണ്ടാണയാൾ അതിനെ നേരിട്ടത്. ഒരു ഗുണമുണ്ടായി. എല്ലാ പെൺപ്രശ്നങ്ങളും ഒറ്റ നടിയിലൊതുക്കാനുള്ള മഹാമനസ്കത അദ്ദേഹം കാണിച്ചു. അത്രയും ഉപകാരം.

പലരും പല പേരുകൾ പറഞ്ഞുനോക്കി. എല്ലാം പ്രായം ചെന്നവർ. അല്ലെങ്കിൽ ചെറിയകുട്ടികൾ. കുട്ടികളെ അവിടെയും ഇവിടെയും എന്തെങ്കിലും വാരിക്കെട്ടി. സാരിയുടുപ്പിച്ചും പ്രായം ചെന്നവരെ അരയിഞ്ചു വണ്ണത്തിൽ പൗഡറിടീപ്പിച്ചും ട്രൈ ചെയ്തുകൂടെ എന്ന് സംവിധായകനോട് കേണപേക്ഷിച്ചു. എങ്കിൽ സംവിധാനത്തിന് വേറെ ആളെനോക്കുന്നതാണ് നല്ലതെന്നായിരുന്നു. മറുപടി. പുള്ളിക്ക് ചെറുപ്പക്കാരിയെത്തന്നെ കിട്ടണം. സ്ത്രീയാണ് മുഖ്യം. മുഴച്ചുനിൽക്കാതിരിക്കണമെങ്കിൽ ഏച്ചുകെട്ടാത്തതാവണം.

സ്കൂളിൽ പഠിക്കുന്ന കാലത്ത് മോണോ ആക്ടിലും കഥാപ്രസംഗത്തിലും എ ഗ്രേഡുകൾ വാങ്ങാറുണ്ടായിരുന്ന സരള എന്ന പെൺകുട്ടിയെ തപ്പിനോക്കിയാലോ എന്ന് അരോ പറഞ്ഞു. അച്ഛൻ ഫുൾടൈം തണ്ണി. കിണ്ടികിണ്ണങ്ങൾ വരെ വിറ്റുപെറുക്കി ഷാപ്പിൽ കൊണ്ടു കൊടുത്ത് കണ്ടമാനം കടം വാങ്ങി മുടിഞ്ഞു. എസ്സെസ്സെൽസിക്കു ശേഷം മോൾടെ പഠിപ്പും പരീക്ഷയും അവസാനിപ്പിക്കാതെ വയ്യെന്നായി. നട്ട ദാരിദ്രമാണ്. പത്തോ ഇരുന്നൂറോ കൊടുത്താൽ അഭിനയിക്കാൻ വരും. അച്ഛൻ എന്നുവിളിക്കുന്നയാൾ കൈയിട്ടു വാരിയില്ലെങ്കിൽ കുടുംബത്തിന് ഒരാഴ്ചത്തെ റേഷനുള്ള വകയുമായി.

നാടകോം വേണ്ട. അഭിനയോം വേണ്ട. പോയ്ക്കോൾണം. ഈ മിറ്റത്ത് കണ്ടുപോകരുത്, തൊലിവെളുപ്പുള്ള പെമ്പിള്ളറെ കാണുമ്പം പെഴപ്പിക്കാൻ നടക്ക്ന്ന ഓരോരോ തെണ്ടികള്...

കെട്ടഴിച്ചുവിട്ട പട്ടിയെപ്പോലെ അമ്മ കുരച്ചുചാടുകയായിരുന്നു. അവർക്ക് ഉപയോഗിക്കാൻ അറിയാവുന്ന ഏറ്റവും മാന്യമായ ഭാഷയായിരുന്നു അത്. വന്നവർ വന്നതിനേക്കാൾ വേഗത്തിൽ മടങ്ങിപ്പോയി.

മാർക്കില്ലാഞ്ഞിറ്റല്ലല്ലോ എന്നെ പ്ലസ്ടൂന് ചേർക്കാത്തത്, അതിയോ?

കരഞ്ഞ് കരഞ്ഞ് മുഖമാകെ കണ്ണീരൊലിപ്പിച്ച് സരള ഉറഞ്ഞുതുള്ളി.

എന്റൊപ്പം പഠിച്ച കുട്ട്യാളൊക്കെ പ്ലസ്ടൂകയ്ഞ്ഞ് ഇപ്പം കോളേജിലെത്തി, എന്നെമാത്രം പൊറത്തെറങ്ങാൻവ്ടാണ്ട്...

പൂർത്തിയാക്കിയില്ല. പൊട്ടിക്കരച്ചിലായിരുന്നു പിന്നെ ഇതുവരെ. തന്റെ മുന്നിൽ ഇവൾ ഇത്രമാത്രം ഒച്ചവെച്ചിട്ടില്ല. ഓരോന്ന് ശീലിച്ചുവരുന്നുണ്ട്. നോക്കാം.

മൂക്കുചീറ്റലും ഏങ്ങിക്കരച്ചിലും തുടർന്നു കുറേ നേരം.

എടീ നിന്റെ മോള് അട്ക്കളേലും അട്പ്പിൻകുണ്ടിലും ഇരുന്ന് മൂത്ത് നരച്ച് പോവ്വേ ഉള്ളൂ. പൊറത്തെറങ്ങി നാലാള് കണ്ട് കണ്ണിന് പിടിച്ചാ മാത്രെ ഏതെങ്കിലും ചെക്കമ്മാര് ഈ പടി കേറിവരുള്ളൂ. മറക്കണ്ട.

മൂലയ്ക്ക് ചുരുണ്ടുകൂടി കിടന്നിരുന്ന അച്ഛൻ സടകുടഞ്ഞെഴുന്നേറ്റു. കള്ളിന്റെ മണമുള്ള തത്ത്വചിന്ത ഛർദിച്ച് നെഞ്ചുതടവി, വീണ്ടും കുഴഞ്ഞുവീണു ചുരുണ്ടു.

നിങ്ങ്ളൊര്ത്തന്റെ തിരുമോന്ത കണ്ടാമാത്രം മതിയല്ലോ മോക്ക് പുരുവൻ വെരാൻ!

അമ്മ കാറിത്തുപ്പി.

ലഹരിയുടെ പുറത്താണെങ്കിലും ഈ മനുഷ്യൻ ഇപ്പോൾ പറഞ്ഞതിൽ ലേശം കാര്യമുണ്ടെന്ന് അമ്മയ്ക്ക് തോന്നി. പോയ്ക്കോളുക പക്ഷേ, എന്തെങ്കിലും വേണ്ടാതീനം കേൾപ്പിച്ചാ കുത്തി കൊടലെടുക്കും ഞാൻ. ഓർത്തോ.

വേണ്ടാതീനമൊന്നുമുണ്ടായില്ല. പകൽ വെളിച്ചത്തിലായിരുന്നു റിഹേഴ്സൽ ഇതുവരെ, വരവും പോക്കും ബാധ്യതയായിരുന്നില്ല. ഫൈനലിന്റെ ഒരുക്കങ്ങൾ വൈകി. സമയക്രമം തെറ്റി.

ഒരു കാര്യം ചെയ്യാം. കൊറച്ചൂടെ ന്ക്ക്. ഡിസ്കഷൻ കഴിഞ്ഞ് സംവിധായകനേം ആൾക്കാരേം കൊണ്ടുവിടാൻ പോമ്പം കാറ് അതുവഴി തിരിക്കാൻ പറയാം.

സെക്രട്ടറി പറഞ്ഞുനോക്കി.

അയ്യോ ഇനിയും രാത്രിയായാ അമ്മ കൊല്ലും.

സ്കൂൾകുട്ടിയുടെ നിഷ്ക്കളങ്കതയോടെ പറഞ്ഞു.

ശരിയാണ് അവർ വാളെടുക്കും. ആ നാക്കിനു മുന്നിലാണ് തടുപ്പോറില്ലാത്തത്.

ഒരു കണക്കിന് ഇങ്ങനെത്തെ തെറി വേണം പുതിയകാലത്തിൽ. വരമ്പത്താവണം കൂലി. ഉള്ളിന്റെ ഉള്ളിൽ നിന്ന് തെറിച്ചുവരുന്നതാണത്. വൈകി പ്രതികരിക്കുന്നതുകൊണ്ടാണ് വഷളത്തരങ്ങൾ പെരുകുന്നത്. സ്വയംരക്ഷയ്ക്ക് തോക്കിനേക്കാൾ നല്ലത് നാക്കാണ്.

ഈ സന്ധ്യയിൽ ഒരു പെൺകുട്ടിക്ക് തനിച്ചു സഞ്ചരിക്കാൻ സാധിക്കാത്തത് എന്തുകൊണ്ടാണ്? നിർഭയമായി സഞ്ചരിക്കാൻ പറ്റാത്ത സ്വാതന്ത്ര്യത്തെ സ്വതന്ത്ര്യമെന്നു വിളിക്കാമോ? പുരുഷ കേന്ദ്രീകൃത സമൂഹത്തെ ഉടച്ചുവാർക്കേണ്ട സമയം സമാഗതമായില്ലേ...

സെക്രട്ടറി ആത്മരോഷത്തോടെ വലതുകൈ ചുരുട്ടി.

ഇവിടെയാണ് 'ഇനിയും വരും ഇവൾ അഗ്നിയായ്' എന്ന, സമിതിയുടെ നാടകത്തിന്റെ പ്രസക്തി. ഇത് നാളെ അരങ്ങിലെത്താൻ പോവുകയാണ്. തീർച്ചയായും ചലനങ്ങൾ സൃഷ്ടിക്കും കുറ്റിനാശംവന്ന ആങ്ങളമാരുടെ ശക്തമായ തിരിച്ചുവരവാണ് നാടകം ആഹ്വാനം ചെയ്യുന്നത്. അവസാന രംഗത്ത് നായിക സാവിത്രിയുടെ ചെറുത്തു നിൽപ് ഓരോ കാണിയേയും ആവേശഭരിതമാക്കുന്നുണ്ട്. ചൂണ്ടീപ്പിടിച്ചുനിൽക്കുന്ന ആ വിരൽ ഓരോ ആണിന്റെയും ഹൃദയത്തിലാണ് ആഞ്ഞുതറയ്ക്കുന്നത്.

എന്നെ ഇപ്പത്തന്നെ വീട്ടില് കൊണ്ടാക്കണം. ഇല്ലേങ്കില് അമ്മ കത്ത്യാളെടുക്കും. ആരെങ്കിലും വര്വോ എന്റെ കൂടെ-

കരച്ചിലിന്റെ വക്കത്തോളമെത്തി സരള.

നാടകത്തിലെ സാവിത്രിയേ അല്ല സരള ഇപ്പോൾ. അതൊരു പരകായപ്രവേശം തന്നെയായിരുന്നു. ജ്വലിച്ചുനിന്നിരുന്ന കനൽക്കട്ട ഇപ്പോൾ കത്തിയമർന്ന് വെണ്ണീറായിരിക്കുന്നു. ഇനി ഒരു നിമിഷം കൂടി വൈകിയാൽ അവൾ കൊച്ചുകുട്ടിയെപ്പോലെ വാവിട്ടുകരയും. ചിലപ്പോൾ നാളെ നാടകത്തിന്റെ അരങ്ങേറ്റത്തിന് ശാഠ്യക്കാരിക്കുട്ടിയെപ്പോലെ അവൾ വരാതിരിക്കാം.

ബേജാറാവല്ല. ഇപ്പത്തന്നെ കൊണ്ടാക്കാം.

സെക്രട്ടറി മൊബൈലിൽ ഓട്ടോസ്റ്റാന്റിലെ നമ്പർ ഞെക്കി. എന്നിട്ട് എല്ലാവരോടുമായി പറഞ്ഞു.

ഡിസ്കഷൻ സ്റ്റാർട്ട് ചെയ്തോ. അര മണിക്കൂറിനുള്ളിൽ ഞാനെത്തും. സരളേനെ വീട്ട്ല് കൊണ്ടാക്കീറ്റ് വേഗം വരാം.

ഓടിക്കിതച്ചെത്തിയ ഓട്ടോ കലാസമിതിയുടെ വാതിൽക്കൽ ബ്രേക്കിട്ടു.

ആദ്യമായി. ഒരന്യപുരുഷന്റെ കൂടെ ഓട്ടോയിൽ ഒരുമിച്ചിരുന്ന് യാത്ര ചെയ്യുകയാണ്. അതിനെന്താ? സെക്രട്ടറി നല്ല മനുഷ്യനാണ്. ഒരു ഏട്ടനോടെന്നപോലെ പൊരുമാറാനുള്ള സ്വാതന്ത്ര്യമുണ്ട്. സമാധാനത്തോടെ അവൾ സീറ്റിൽ ചാരിയിരുന്നു.

അഭിനയത്തിന്റെ ഫീൽഡിൽത്തന്നെ ന്ക്കണംന്നാ ഞാമ്പറയ്വാ.

സെക്രട്ടറി പറയാൻ തുടങ്ങി.

സീരിയലുകളിലൊക്കെ എന്തൊരു സ്കോപ്പാന്നറിയോ? പണ്ടത്തെപ്പോലെ കച്ചറക്കാരൊന്നുമല്ല ഇപ്പം ഈ ഫീൽഡില്. ലേശം ധൈര്യണ്ടായാ മതി. അമ്മേനെ പറഞ്ഞ് മനസ്സിലാക്കാൻ നോക്ക്. കഴിവ് എല്ലാവർക്കും ക്ട്ട്ന്നതല്ല. അതുള്ളോര് അതിനെ കഴ്ത്ത് ഞെരിച്ച് കൊല്ലാണ്ടിരിക്കാ.

സരള മിണ്ടിയില്ല.

വീട്ടിൽക്കയറുമ്പോൾ അമ്മയുടെ പ്രതികരണം എന്തായിരിക്കും എന്ന ചിന്തയാണ് മനസ്സുനിറയെ. നശിച്ച നാക്കിനെയാണ് പേടി. മറ്റുള്ളോരുടെ മുന്നിൽ വെച്ച് അത് പുറത്തെടുക്കാതിരുന്നാൽ മതി. എല്ലാവരും എപ്പോഴും ക്ഷമിക്കണമെന്നില്ല. ഇനി രണ്ടുവർത്തമാനം അങ്ങോട്ടും പറയണം. താനും ഉണ്ടാക്കിയല്ലോ സ്വന്തമായി നാലു കാശ്!

സരള ഉറച്ച മനസ്സോടെ ഓട്ടോറിക്ഷയുടെ കമ്പിയിൽ കൈകൾ മുറുകെ പിടിച്ച് നിവർന്നിരുന്നു.

സെക്രട്ടറി സരളയുടെ വിരലുകളിലേക്കു ഇടങ്കണ്ണാൽ നോക്കിപ്പോയി. വെളുത്തുമെലിഞ്ഞ വിരലുകൾ. സ്വർണനിറത്തിൽ മിന്നുന്ന നനുത്ത രോമങ്ങൾ....

ഈ വളവിന് നിർത്തിക്കോ.

സരള പറഞ്ഞു.

ഇറങ്ങുമ്പോൾ സരള ലേശം തെന്നിപ്പോയി. വീഴരുത് സൂക്ഷിക്കണം എന്നു പറഞ്ഞ് സെക്രട്ടറി വലതകൈകൊണ്ട് സരളയുടെ കൈവിരലുകൾ പിടിച്ചു. ഒന്നുരണ്ട് സ്റ്റെപ്പ് നടക്കുന്നതുവരെ വിരലുകളിൽ മുറുകെ പിടിച്ചു. വിരലുകളുടെ നേർത്ത ചൂട് സെക്രട്ടറിയുടെ ഉള്ളംകൈയ്യിലേക്ക് പടർന്നു.

നാളെ നേരത്തെ പോരി. ആദ്യായി സ്റ്റേജ് കയറുമ്പം ലേശം ടെൻഷനൊക്കെയ്ണ്ടാവും. ഞാ നാളെ നന്നെ രാത്രിയാവുംന്ന് അമ്മയോട് പറഞ്ഞേക്ക്.

സെക്രട്ടറി പിടിവിട്ടു.

സരള സ്റ്റെപ്പ് കയറിയെന്ന് ഉറപ്പുവരുത്തിയശേഷം സെക്രട്ടറി ഓട്ടോയിൽ തിരിച്ചെത്തി. 'വിട്ടോ' എന്ന് ഡ്രൈവറോട് പറഞ്ഞ് സീറ്റിൽ ചാരിയിരുന്നു.

താനെന്തിനാണ് വലതുകൈ ഇങ്ങനെ ചുരുട്ടിപ്പിടിച്ചിരിക്കുന്നതെന്ന്, കലാസമിതിയുടെ വാതിൽക്കൽ ഓട്ടോയിറങ്ങവേ, സെക്രട്ടറി അത്ഭുതപ്പെട്ടു.

●

കൈതക്കാടുള്ള ഇടവഴി

ഒരു കൈയിൽ നിറതോക്കും മറുകൈയിൽ പടവാളുമായി ലക്ഷ്മീബായ് കുതിരപ്പുറത്ത് കുതിച്ചുപായുമ്പോൾ തലകുമ്പിട്ടിരുന്ന് കൂർക്കം വലിക്കുകയായിരുന്നു റീത. അട്ടഹാസങ്ങളും അലമുറകളും കേട്ട് ഞെട്ടിയുണരുമ്പോഴെല്ലാം. അടുത്തിരിക്കുന്ന ഊർമ്മിളയെ നോക്കി പല്ലിറുമ്മും. മുന്നിൽ പല വലുപ്പത്തിലുള്ള നൂറുനൂറു തലകൾക്കപ്പുറം, കത്തിനിൽക്കുന്ന സ്റ്റേജിലേക്ക് കഴുത്തുയർത്തിപ്പിടിച്ച് നാടകം, സ്വയം മറന്നാസ്വദിക്കുകയാണ് ഊർമ്മിള. ഇടക്കിടെ മിന്നിമറയുന്ന വെളിച്ചത്തിൽ അവളുടെ മുഖഭാവം മാറിമറിയുന്നുണ്ടായിരുന്നു. ലക്ഷ്മിബായി അവളിൽ ആവേശിച്ചിരിക്കുന്നു. താനാണ് കുതിരപ്പുറത്ത് പടനയിക്കുന്നതെന്നും, ഈസ്റ്റിന്ത്യാ കമ്പനിയെ ഇഞ്ചിഞ്ചായി അരിഞ്ഞുവീഴ്ത്തിയേ അടങ്ങൂ എന്നും, സ്വാതന്ത്ര്യത്തിന്റെ സ്വച്ഛവായു സർവ്വമാന ജനങ്ങളേയും ശ്വസിപ്പിക്കുമെന്നും വിളിച്ചുപറയുന്നുണ്ട് ഊർമ്മിളയുടെ മുഖം.

ഇവൾ ഏത് നൂറ്റാണ്ടിലെ ആസ്വാദകയാണെന്ന് മനസ്സിൽ പറഞ്ഞ് വീണ്ടും തലകുമ്പിട്ട് ഉറങ്ങാൻ തുടങ്ങും റീത. മുക്കിയും മൂളിയും മുഖം തിരിച്ചും തന്റെ അസഹ്യത തുടക്കം മുതൽ പ്രകടിപ്പിച്ചിരുന്നു. ഉറക്കകെമാഴിച്ചിരുന്ന് വെട്ടും കുത്തും കൊലവിളിയും കാണേണ്ടി വരിക ഗതികേടുതന്നെ.

ഇത് വെറും കുത്തും കൊലയുമല്ല റീതാ. സമരമാണ്. പെറ്റുവീണ നാട്ടില് അടിമകളായി കഴിയുന്നതിനെതിരെയുള്ള സമരം. ഒന്നാം സ്വാത

ന്ത്ര്യസമരം,

ഊർമ്മിള പറഞ്ഞു മനസ്സിലാക്കാൻ ശ്രമിച്ചു.

റീത ഇങ്ങനെയാണ്.

നൂറുനൂറ്റമ്പതുകൊല്ലം പോയിട്ട് അഞ്ചുപത്തുദിവസം പോലും പിറകോട്ട് ചിന്തിക്കാൻ പ്രാപ്തിയില്ലാത്ത പാവം. നഗരത്തിന്റെ സ്പീഡിൽ വളർന്നതിനാലാവാം. മുന്നോട്ടുമാത്രമേ കണ്ണുകളുള്ളൂ. '0' വട്ടത്തിലെ ജീവിതം എത്ര വിരസവും സങ്കുചിതവുമാണ്! അതുകൊണ്ടാവാം. കിട്ടുന്ന ഒഴിവുകളൊക്കെ ഗ്രാമത്തിലുള്ള സഹപാഠികളുടെ വീട്ടിൽ ചെലവിടുന്നത്. എന്നിട്ടും സ്വഭാവത്തിന് ഒരു മാറ്റവും വന്നിട്ടില്ല.

കുട്ടിയായിരുന്നപ്പോൾ അമ്പലപ്പറമ്പിലെ പൊടിമണ്ണിൽ പായ വിരിച്ച്. അമ്മയുടെ മടിയിൽ തലചായ്ച്ച് സത്യഹരിശ്ചന്ദ്രനും പ്രഹ്ളാദചരിതവും കണ്ട അനുഭവമൊന്നും റീതക്കുണ്ടാവാൻ വഴിയില്ല. ഓർമ മരീചികയാണവൾക്ക്. പഴയത് പരിഹാസമാണവൾക്ക്. ഭൂതം വർത്തമാനത്തിന്റെ പ്രേതമെന്നവൾ വ്യാഖ്യാനിക്കും. ശവക്കുഴി മാന്തി ദുർഗന്ധം പരത്തുന്നതെന്തിന് എന്നാണവളുടെ ചോദ്യം. പുരാണവും ചരിത്രവും കാലത്തിന്റെ കുപ്പത്തൊട്ടി. അതിൽ ആർത്തിയോടെ കൈയിട്ടുവാരുന്ന തെരുവ് പട്ടിയാവാൻ മനസ്സില്ല.

സ്റ്റേജിൽ അട്ടഹാസങ്ങളും ആർത്തനാദങ്ങളും ഉയർന്നുപൊന്തി. കുളമ്പടിയൊച്ചകൾ പെരുകിവന്നു. അടുത്ത് വന്നെതിരിടുന്നവരെ ലക്ഷ്മി ബായി മിന്നൽ വേഗത്തിൽ അരിഞ്ഞു വീഴ്ത്തി. ഒളിവെട്ടിന് തക്കം പാർത്തവരെ ഉന്നം തെറ്റാതെ നിറയൊഴിച്ചിട്ടു. വാളിന്റെയും തോക്കിന്റെയും മലവെള്ളപ്പാച്ചിലിൽ ശത്രുസൈന്യം കടപുഴകി ഒഴുകി.

അമ്പലപ്പറമ്പിലെ അണഞ്ഞ വെളിച്ചത്തിൽ ജനസാഗരം ആർത്തിരമ്പുകയായിരുന്നു. കൈയടിച്ചും ജയ് വിളിച്ചും അവർ ലക്ഷ്മിബായിയുടെ കൈൾക്ക് കരുത്തു നൽകി.

ചരിത്രമറിയാത്തവർ ശുഭാന്തം പ്രതീക്ഷിച്ചു. അറിഞ്ഞവർ അറിഞ്ഞത് പൊളിയാകണേ എന്ന് പ്രാർത്ഥിച്ചു.

ജാസും ഡ്രമ്മും അടിച്ചുതകർക്കുന്ന പടയോട്ടം. ഓർക്കാപ്പുറത്ത് ബ്രേക്കിട്ട് നിർത്തുകയായിരുന്നു. ആയിരങ്ങളുടെ ചങ്കിടിപ്പ് പെരുകുമാറ് ആകാശത്തൂന്ന് അടർന്നുവീണ ഇംഗ്ലീഷ് കുതിരക്കാരൻ. കൈയിൽ വെട്ടിത്തിളങ്ങുന്ന പടവാൾ. പിന്നിൽ പതിയിരുന്ന് ആഞ്ഞു വീശി. ചുറ്റും കണ്ണുകളുണ്ടായിരുന്ന ലക്ഷ്മിബായിക്ക് ആദ്യമായി ചുവടു പിഴച്ചു. ചോരചീറ്റിത്തെറിച്ചു. തലപൊട്ടിയൊലിച്ചു. മുഖത്തപ്പോഴും ഉരുക്കിന്റെ ദൃഢത. തിരിഞ്ഞുനോക്കുമ്പോഴേക്കും രണ്ടാമത്തെ വെട്ട്. ചോരപ്രളയം. നിശ്ശബ്ദത.

വാ; നമുക്ക് പോവാ.

റീത ഞെട്ടിയെണീറ്റ് ഊർമിളയെ വിളിച്ചു.

കണ്ണു പൂട്ടിയിരിപ്പാണെങ്കിലും കാതിൽ തുളച്ചുകയറി. അലോസരപ്പെടുത്തുന്നു ഓരോ രംഗവും.

ഒറ്റസെക്കന്റ്, അവസാനം ലക്ഷ്മിബായി ഒരു പ്രസംഗം നടത്താനുണ്ട്. സ്റ്റൈലൻ പ്രസംഗം. അതുംകൂടി കഴിഞ്ഞിട്ട് പോവാം.

നീ വരുന്നോ അതോ....

റീതയുടെ അവസാന താക്കീത്.

അട്ടഹാസങ്ങൾ, ദീനരോദനങ്ങൾ, സ്റ്റേജിലാകെ പരന്നൊഴുകുന്ന ചോരപ്രകാശം, ഭീതിദമായ മ്യൂസിക്ക്.

അമ്പലമൈതാനം പൊടുന്നനെ വനാന്തരമായി.

റീത ഊർമിളയുടെ കൈപിടിച്ചു വലിച്ചു.

സ്റ്റേജിലെ ചുവന്ന വെളിച്ചം അവളുടെ മുഖത്ത് മിന്നി.

ഊർമിള ഭയന്നു.

റീത അതിഥിയാണ്. അവൾക്ക് അപ്രീതിയുണ്ടാക്കുന്നതൊന്നും ചെയ്യരുത്.

എഴുന്നേറ്റു.

ഒര് പരിപാടീം സമാധാനായിട്ട് കാണാമ്പറ്റൂല നിന്നെ കൂട്ടി വന്നാല്. പിന്നെന്തിനാണ് ബസും വണ്ടീം കേറി ഇത്രടം വരെ വന്നത്?

റീത മറുപടി പറഞ്ഞില്ല.

നന്മകളാൽ സമൃദ്ധമായ നാട്ടിൻപുറം ആസ്വദിക്കാൻ ഊർമിളയുടെ ഗ്രാമത്തിലെത്തിയതാണവൾ. ഊർമിള പറയാറുള്ള കൈത്തോടുകളും കൈതക്കാടുകൾകൊണ്ട് അതിരുകളിട്ട ഇടവഴികളും പരന്നുകിടക്കുന്ന അമ്പല മൈതാനവും ആൽത്തറയും... ഇവിടുത്തെ നിഷ്ക്കളങ്കരായ ആണുങ്ങളെയും പെണ്ണുങ്ങളെയും കുറിച്ച് പറയാൻ തുടങ്ങിയാൽ ഊർമിള നിർത്തില്ല.

കണ്ടത് പടക്കളം. പട നയിക്കുന്ന ഝാൻസി റാണി ലക്ഷ്മി ബായി!

നാടകം മുഴുവൻ കാണാൻ കഴിയാത്തതിലുള്ള ദേഷ്യം കടിച്ചുപിടിച്ച് ഊർമിള ആൾക്കൂട്ടത്തിനിടയിൽ ഒഴിഞ്ഞ വഴിയിലൂടെ ധൃതിയിൽ നടന്നു. പിന്നിൽ റീത.

വേദന കടിച്ചമർത്തി ലക്ഷ്മിബായി പ്രസംഗിക്കുന്നത് അരിച്ചരിച്ച്

കേൾക്കുന്നുണ്ട്. ഊർമിള ചെവി കൂർപ്പിച്ചു. വ്യക്തമല്ല ഒന്നും. പണ്ടത്തെ കോളാമ്പി മൈക്കായിരുന്നെങ്കിൽ വീട്ടിലെ ബെഡ്റും വരെ ഡയലോഗുകൾ ഒഴുകിയെത്തും. ഉറങ്ങാൻ കിടന്നാൽ അവ കാതുകളിൽ കുത്തികയറും. കഥാപാത്രങ്ങൾ കൺപോളകളിൽ വന്ന് തുരുതുരാ മൂടും. ഇന്നാണെങ്കിൽ ഒന്നിനുമില്ല പരന്നൊഴുക്ക്. നാടകത്തിനോ പാട്ടുകച്ചേരിക്കോ പോയിട്ട് കത്തിക്കയറേണ്ടുന്ന കവലപ്രസംഗത്തിനുമില്ല ചൂടും ചൂരും. എല്ലാം സൗണ്ട് ബെക്സിനുള്ളിൽ ശ്വാസംമുട്ടി ചത്തുമലക്കും.

റീതയുടെ മുഖത്ത് രക്ഷപ്പെട്ടതിന്റെ ആശ്വാസം. അമ്പലമാണ്, ആൽക്കറയാണ്, ആനത്തലയാണ് എന്നൊക്കെ പറഞ്ഞ് കൂട്ടിക്കൊണ്ടുവന്നതാണ്. എത്തിപ്പെട്ടത് പളാപളാ മിന്നുന്ന ചുവന്ന കർട്ടനുമുന്നിൽ. നാടകമെങ്കിൽ നാടകമെന്ന് കരുതി ഇരുന്നു കൊടുത്തു.

ക്ഷമ നശിച്ചപ്പോൾ എഴുന്നേറ്റോടി

ഝാൻസിറാണീന്റെ ലാസ്റ്റലത്തെ ഡയലോഗ് കേൾക്കാൻ പറ്റിയില്ലല്ലോ. കഷ്ടമായിപ്പോയി.

ഊർമിള നിരാശത പ്രകടിപ്പിച്ചു.

എന്ത് ഡയലോഗ് പറഞ്ഞാലും അതിന് കണക്കുണ്ട്. യുദ്ധം തോറ്റ് തുന്നംപാറീന്ന് എൽ.പി സ്കൂൾ പിള്ളേർക്ക് പോലും മറിയാം. ചത്ത കുഞ്ഞിന്റെ ജാതകം വായിച്ച് നേരം കളയണോ?

ജയിച്ചോ തോറ്റോ എന്നതല്ല പ്രശ്നം വെറും ഇരുപത്തി രണ്ടാം വയസ്സിൽ, അതായത് നമ്മൾടെ ഇപ്പഴ്ത്തെ പ്രായത്തില് ഒരു പെണ്ണ് മലപോലത്തെ ഈസ്റ്റിന്ത്യാ കമ്പനീന്റെ നേർക്ക് കൈചൂണ്ടാനെങ്കിലും കാണിച്ച ധൈര്യംണ്ടല്ലോ അതാ നമ്മള് കാണേണ്ടത്.

റീത നിശ്ശബ്ദയായി.

ഊർമിള ആക്ടിവിസ്റ്റ് കൂടിയാണ്. സ്ത്രീശോഷണത്തെപ്പറ്റിയും പുരുഷാധിപത്യത്തെപ്പറ്റിയും തീപ്പൊരി പ്രസംഗം തട്ടിവിട്ട് കൈയടി വാങ്ങുന്നവൾ. പുരാണങ്ങളിലെയും ചരിത്രത്തിലെയും ധീരവനിതകളെക്കുറിച്ച് പറയാൻ ആയിരം നാവാണവൾക്ക്. ഈയിടെയാണ് കോളേജിന്റെ മതിലുകൾ ഭേദിച്ച് വെളിയിൽ വന്നുതുടങ്ങിയിരിക്കുന്നു, പ്രസംഗങ്ങളും പ്രവർത്തനങ്ങളും.

റീതാ എപ്പോഴെങ്കിലും ഒന്ന് മുഷ്ടിചുരുട്ടിയിട്ടുണ്ടോ?

ഊർമിള ചോദിക്കുകയാണ്.

നമ്മൾ ജീവിച്ചിരിക്കുന്നു എന്നതിന് എന്തെങ്കിലും തെളിവുവേണ്ടേ റീതാ. ഒന്നര നീറ്റാണ്ടിനിപ്പുറവും ലക്ഷ്മീബായ് എന്ന ചെറുപ്പക്കാരിക്ക് അമരത്വം ലഭിച്ചതെന്തുകൊണ്ടാണ്.? പ്രതിബന്ധങ്ങളിൽ ധൈര്യം

ചോർന്ന് പോകരുത് എന്ന പാഠം. ഝാൻസിറാണി നമുക്ക് തരുന്നു. നമുക്കും ചിലത് ചെയ്യാനുണ്ട്. പെണ്ണ് എന്നത് പേടിയില്ലായ്മയുടെ പര്യായമാണ് റീതാ.

റീത എല്ലാം കേട്ടുകൊണ്ടു നടന്നു.

അമ്പലമൈതാനത്തിന്റെ അതിർത്തിയിൽ ഇടവഴിയിലേക്ക് തിരിയുന്നിടത്തെത്തിയപ്പോൾ പൊടുന്നനെ ഊർമിള നിന്നു.

എന്തുപറ്റി?

റീത്ത ചോദിച്ചു.

ഇനി ഇടവഴിയാണ്. ഇരുവശത്തും കൈതക്കാടുള്ള ഇടവഴി. കാലം അത്ര നല്ലതല്ല. നാടകം കഴിഞ്ഞ് ആൾക്കാർ വരട്ടെ. അവരോടൊപ്പം പോകാം.

ഊർമിള പറഞ്ഞു.

ഝാൻസി റാണിയുടെ അവസാനശ്വാസത്തിന് കാതോർത്ത് ഇരുട്ടും വെളിച്ചവും ഇണപിരിയുന്നിടത്ത് ഇരുവരും നിലയുറപ്പിച്ചു.

●

ബീജഗണിതം

ഓരോ ജീവപര്യന്തക്കാരനും മാസത്തിലൊരു തവണയെങ്കിലും ഭാര്യയോടൊപ്പം കഴിയാൻ അവസരമൊരുക്കണമെന്ന് ഏതോ ഡി.ജി.പി ജയിൽപരിഷ്കരണ കമ്മീഷൻ മുൻപാകെ വാദിച്ച കാര്യം ഓമന അറിയുന്നത് പയ്യട്ടം ഗോസംവർധന കേന്ദ്രത്തിന്റെ ഇറകല്ലിൽ കുത്തിയിരിക്കുമ്പോഴാണ്. തലേന്നു രാത്രി അലറിക്കരഞ്ഞ് അയൽക്കാരുടെ ഉറക്കം കെടുത്തിയ ദച്മിക്ക് ചെനയെടുപ്പിക്കാൻ രാവിലെത്തന്നെ എത്തിയതായിരുന്നു. ഇടക്കണയിൽ കഴുത്തടക്കം വരിഞ്ഞുകെട്ടി, പിൻഭാഗത്തും കാൽമുട്ടുകളിലും പറ്റിപ്പിടിച്ച ചാണകപ്പശ മുഴുവൻ ചപ്പിൽ തുടച്ചു കളഞ്ഞശേഷം കുത്തിവെപ്പുകാരന്റെ നിഴൽ പ്രത്യക്ഷപ്പെടുന്ന ദിക്കിലേക്ക് കണ്ണുനട്ടിരിക്കാൻ തുടങ്ങിയിട്ട് നേരം കുറച്ചായി. പൊടുന്നനെ ഒരു സൈക്കിൾമണിയൊച്ചയോടൊപ്പം കുതിച്ചെത്തിയ പത്രം ചെവിക്കടുത്തൂടെ പാഞ്ഞ് ഇറയത്ത് തലകുത്തി വീണു. അലസമായി നിവർത്തിനോക്കിയപ്പോൾ പെട്ടിക്കകത്ത് ചുരണ്ടുകിടപ്പായിരുന്ന വാർത്ത കണ്ണിലേക്കിഴഞ്ഞുവരികയായിരുന്നു. മാനസിക പീഢനത്തിന്റെ ഇടങ്ങളായി ജയിലുകൾ മാറുന്നതെന്നും, വികാരങ്ങൾ അടിച്ചമർത്തുമ്പോൾ കുറ്റവാസന വർധിക്കുമെന്നും, തടവുകാർക്കു വിശപ്പടക്കാൻ ഭക്ഷണം നൽകുന്നുണ്ടെങ്കിൽ ലൈംഗിക വിശപ്പിനും പരിഹാരം കണ്ടെത്തണമെന്നും ഡി.ജി.പി. വാദിക്കുന്നു.

ഒരു പരോൾപോലും ലഭിക്കാത്ത കുറെ വർഷമായി എല്ലാ വികാരങ്ങളും അടക്കിയൊതുക്കി ജയിലിൽ കഴിയുന്ന ഭർത്താവ്, മൂരിവേലായുധൻ ഒരു നിമിഷം ഓമനയുടെ മുന്നിൽ വലിച്ചുമുറുക്കിയ മാം

സപേശികളോടെ വന്നുനിന്നു. സിനിമയിൽ കാണാറുള്ളതുപോലെ കറുപ്പിലും വെളുപ്പിലുമാണ് പ്രത്യക്ഷപ്പെട്ടതെങ്കിലും കണ്ണുകളിലെ തീയ്ക്ക് നിറമുണ്ടായിരുന്നു. കത്തുന്ന നോട്ടത്തിനു മുന്നിൽ ഓമന ഉരുകിപ്പോയി. നെഞ്ചിലേക്കമർന്ന് ചുരുണ്ടുകൂടാൻ കൊതിക്കവേ, പൊടുന്നനെ പാറാവുകാർ പിടിച്ചുവലിച്ചു കൊണ്ടുപോകുമ്പോലെ, കണ്ണിൽ നിന്നും മാഞ്ഞുപോവുകയും ചെയ്തു.

ഓമനയുടെ കണ്ണുകൾ വീണ്ടും വാർത്തയിലേക്ക് കാന്തശക്തി പോലെ കുതിച്ചു ചെന്നു. തനിക്കുവേണ്ടി പ്രത്യേകം പെട്ടിയിലാക്കി അച്ചടിച്ചതാണ്. വിലപ്പെട്ട വിവരണമെന്ന് ഓമനയ്ക്കു തോന്നി.

.... കുറ്റവാളികളുടെ എല്ലാത്തരം വികാരങ്ങളും അടിച്ചൊതുക്കാനുള്ള പ്രാകൃതരീതിയുടെ തുടർച്ചയാണ് ഇന്നത്തെ തടവറകൾ. അവ രതർഹിക്കുന്നു എന്നുതന്നെ വെക്കുക. വീട്ടിലിരിക്കുന്ന അവരുടെ ഭാര്യമാരെന്തുപിഴച്ചു? അവരുടെ വികാരവിചാരങ്ങൾക്ക് വിലങ്ങുവെക്കുവാൻ നമുക്കെന്തവകാശം!

ഡി.ജി.പിയുടെ ന്യായവാദങ്ങൾ തപ്പിത്തടഞ്ഞു വായിച്ചെടുക്കുമ്പോൾ, ചത്തുവെന്നു കരുതി കുഴിച്ചിടാനൊരുങ്ങുന്ന പാമ്പ്, പതുക്കെ ഇഴയുന്നതായും, പത്തി വിടർത്താൻ നോക്കുന്നതായും ഓമനയ്ക്ക് അനുഭവമുണ്ടായി.

ഇടക്കണയിൽ നിന്ന് ദച്മി ഭ്രാന്തുപിടിച്ചതുപോലെ അമറുകയാണ്. വയറു നിറഞ്ഞാൽ ബീജം മുഴുവൻ മുക്കിമുക്കി പുറത്തുകളയുമോ എന്ന പേടിയുള്ളതുകൊണ്ട് കരച്ചിൽ തുടങ്ങിയശേഷം പുല്ലും വെള്ളവും കാട്ടിയിട്ടില്ല. കാട്ടിയാൽത്തന്നെ മദി തീരാതെ മണത്തുനോക്കുക പോലുമില്ല. ആസ്പത്രിക്കാർ വന്ന് ബീജം നിറച്ച് ഉദ്ധരിപ്പിച്ച കുഴൽ കുത്തിവെക്കുന്നതുവരെ അതിന്റെ തുള്ളിക്കരച്ചിൽ നിർത്താൻ ആർക്കും സാധിക്കില്ല.

കറവ വറ്റുന്നതിനു മുൻപേ ദച്മി മദി കാണിച്ചതു നന്നായി, മൊരോനായാൽ ചെനപിടിക്കാൻ പാടുപെടേണ്ടിവരും, ദച്മ് ഇതിവരെ ചതിച്ചിട്ടില്ല. തന്റെ പ്രാരാബ്ധങ്ങളും വിഷമങ്ങളും മനസ്സിലാക്കിയതു മാതിരിയാണ് അവളുടെ പെരുമാറ്റം. ആയകാലം മുതൽ, അത്യാവശ്യത്തിന് ഉണ്ണാനും ഉടുക്കാനും, ഒരുവിധം ജീവിതം മുന്നോട്ടു നയിക്കാനും സഹായിച്ചത് ദച്മിയാണ്. പുറത്തുള്ള വേലായുധനെക്കാൾ അകത്തുള്ള വേലായുധനെ പേടിക്കുന്നതുകാരണമാവാം സിനിമയിലും മറ്റും കാണുന്നതുപോലെ, സഹായിക്കണോ, സഹായിക്കണോ എന്നു ചോദിച്ച് ഒരുത്തനും ഓലമറ മാന്തി വരാതിരിക്കുന്നത്. ഇനി വന്നാൽത്തന്നെ ഓമനയുടെ കൈക്കരുത്ത് അറിയാത്തവരല്ല ഇപ്പറഞ്ഞ സഹായമനഃസ്ഥിതിക്കാർ.

കുട്ടനും കട്ചിയുമായി മൂന്നുനാലെണ്ണത്തിനെ ദച്മി തന്നു. അവ

യെ വിറ്റുകിട്ടിയ കാശ് കൂട്ടിവെച്ചാണ് വേലായുധൻ പണയം വെച്ച ഒന്നരപ്പവന്റെ താലിമാല ബ്ലേഡ് വാസുവിൽനിന്ന് തിരിച്ചുവാങ്ങിയത്.

താലിമാല, പെണ്ണിന്റെ സുരക്ഷയാണ്, കരുത്താണ്, ആനത്തലയാണ് എന്നൊക്കെയുള്ള സിനിമാസങ്കല്പത്തിൽ വീണുപോയിട്ടൊന്നുമല്ല ഓമനയ്ക്ക് അതു തിരിച്ചെടുക്കാനുള്ള വാശി ഉണ്ടായത്. ദ്ച്മിയുടെ അകിട് അക്ഷയപാത്രമാണെന്നു കരുതാത്തതുകൊണ്ടാണ്. എന്നെങ്കിലും ജയിൽമോചിതനായി വന്ന് മൂരിവേലായുധൻ തട്ടിപ്പറിച്ചുകൊണ്ടുപോയില്ല എങ്കിൽ ഭാവിയിൽ ഉണ്ണാനും ഉടുക്കാനും ഒരുപക്ഷേ, ഈ ഒന്നരപ്പവൻ സഹായിച്ചേക്കും.

ദച്മി ജീവിക്കുന്നത് തനിക്കുവേണ്ടിയാണെന്നതുപോലെ താൻ ജീവിക്കുന്നതും ദച്മിക്കുവേണ്ടിയാണെന്ന് ഓമനയ്ക്ക് എപ്പോഴും തോന്നാറുണ്ട്. പുല്ലരിഞ്ഞുകൊടുത്തും പിണ്ണാക്കും പരുത്തിക്കുരുവും അരച്ചുകൊടുത്തും മൂത്രവും ചാണകവും അടിച്ചുവാരി തൊഴുത്ത് വൃത്തിയാക്കിക്കൊടുത്തും ഇടയ്ക്കിടെ ദേഹമാസകലം തടവിക്കൊടുത്തും ഓമന ദ്ചമിയോടൊപ്പം ജീവിച്ചു. ക്ടാവ് വയറു നിറയെ കുടിച്ചാലും മൂന്നു നേരം കറന്നെടുക്കുന്ന പാലിന്റെ അളവിന് ഇടച്ചിലുണ്ടായിട്ടില്ല ഇതേവരെ. ഓരോ തവണയും അകിടിലേക്ക് വിരലുകൾ നീട്ടുമ്പോൾ സ്വന്തം മാറ് ചുരത്തുന്നതുപോലെ അനുഭവപ്പെടാറുണ്ട് ഓമനയ്ക്ക്. ദച്മിയുടെ ഓരോ നോട്ടത്തിന്റേയും തലയാട്ടലിന്റെയും അമറലിന്റെയും ചാടിത്തുള്ളലിന്റെയും അർഥം ഓമനയ്ക്കറിയാം.

നാളിതുവരെയുള്ള ശീലം വെച്ചു നോക്കുമ്പോൾ ഈ വാവിനുതന്നെയാണ് ദച്മി കരയേണ്ടത്. അതു തെറ്റിച്ചില്ല. കരച്ചിൽ കേട്ട് രാത്രി മെഴുകുതിരി കത്തിച്ച് വന്നുനോക്കിയപ്പോൾ ദച്മി ചാടിക്കയറാൻ വരികയാണ്. ഇടവിട്ടിടവിട്ട് മൂത്രം തെറിപ്പിക്കുന്നു. ഉണക്കപ്പുല്ലിട്ടുകൊടുത്തപ്പോൾ മണത്തുനോക്കുകപോലും ചെയ്തില്ല. ഈറ്റത്തിലേക്ക് മെഴുകുതിരിവെട്ടം കാട്ടിയപ്പോഴാണ് സ്ഫടികക്കുഴൽപോലെ ദ്രാവകമൊഴുകുന്നത് കണ്ണിൽപ്പെട്ടത്. മദിലക്ഷണംതന്നെ. നേരം വെളുക്കാൻ കാത്തുനില്ക്കുകയായിരുന്നു.

പണ്ടൊക്കെ കുഞ്ഞാനാട്ടന്റെ വിത്തുകാളയാണ് ശരണം. യമണ്ടൻ ഉരുപ്പടിയാണ്. ഏതുസമയത്തു ചെന്നാലും പുള്ളിക്കാരൻ റെഡി. കുഞ്ഞാനാട്ടൻ, ആർക്കും അനുകരുക്കാൻ പറ്റാത്ത വിധത്തിൽ പ്രത്യേക ചിലപ്പുണ്ടാക്കുമ്പോൾ ആവേശം മൂത്ത കാള പശുവിന്റെ മേത്ത് ചാടിക്കയറും. വരിവരിയായി എത്ര പശുക്കളുമായി ഇണചേർന്നാലും മൂപ്പരുടെ എടുപ്പിന് ഉലച്ചിലുണ്ടാകാറില്ല. കാളയുടെ കാലുകൾക്കിടയിൽ ദച്മി അനുസരണയോടെ ഒതുങ്ങിക്കൂടാറുള്ളത് ഓമന ഓർത്തു.

'അവിടേം ഇവിടേം പോയി കാളയെടുപ്പിക്കാണെങ്കില് നമ്മളൊക്കെ ഇത് തൊറന്ന് വെച്ചിരിക്കുന്നതെന്തിനാ? ആസ്പത്രിക്കാർ കലമ്പി,

'ഉഷാറും തടിമിടുക്കും ഉള്ള ക്ടാങ്ങളെ ക്ട്ടണെങ്കില് ഈട്ന്നന്നെ കുത്തിവെക്കണം. ധവളവിപ്ലവം ധവളവിപ്ലവംന്ന് ഉസ്കൂൾന്ന് പഠിച്ചിറ്റ്ല്ലേ. സർക്കാർ ഇമ്മാതിരി ഏർപ്പാടുണ്ടാക്ക്യോണ്ടാ നാട്ട്ല് പാലൊഴുകാൻ തോടങ്ങ്യേ. ഗഡാഗഡിയൻ ബീജം ജാറുകളിലാക്കി സർക്കാർ ഫ്രീ ആയി തെരുമ്പം പൊറങ്കാല് കൊണ്ട് തട്ടിക്കളയ്വാ?

കുഞ്ഞാനാട്ടന്റെ കാളയെ സമീപിക്കുന്നത് നാട്ടിൽ അരാജകത്വം സൃഷ്ടിക്കലാകുമെന്ന് ആസ്പത്രിക്കാർ വിധിയെഴുതിയതോടെ പശുക്കളെല്ലാം വഴിമാറി നടന്നു. ശീലം ഒഴിവാക്കാൻ പറ്റാത്തതുകൊണ്ട് കാള കുഞ്ഞനാട്ടന്റെ ദേഹത്തുതന്നെ ചാടികയറാൻ തുടങ്ങി. എല്ലാ വികാരങ്ങളും ഒററയടിക്ക് അടിച്ചമർത്തപ്പെട്ടപ്പോൾ കാള ക്രിമിനൽ സ്വഭാവം കാണിച്ചു. അക്രമം ഭയന്നും പോറ്റുചെലവ് ഒക്കാത്തതുകൊണ്ടും കുഞ്ഞാനാട്ടൻ കാളയെ അറവുകാർക്ക് കിട്ടിയ വിലയ്ക്കു വിറ്റു. ഏതു സമയത്തും നിറബീജത്തോടെ സജ്ജമായിരുന്ന, നാട്ടിലെ അവസാനത്തെ വിത്തുകാളയും അതോടെ ഇല്ലാതായി.

ആസ്പത്രിക്കാർക്കാണെങ്കിൽ അവരുടെതായി നേരവും കാലവും ഉണ്ട്. മദിയോടെ കുതിച്ചുവരുന്ന ഉരുക്കൾക്ക് കുത്തിവെപ്പുകാരനെ കാത്ത് കുറേനേരം ഇരിക്കേണ്ടിവരുന്നു. വന്നുകിട്ടിയാൽത്തന്നെ മരുന്നിന്റെ സ്റ്റോക്ക് തീർന്നു, നാളെവാ, മറ്റന്നാൾ വാ എന്നുപറഞ്ഞ് തിരിച്ചയയ്ക്കുന്നതും പതിവാണ്. കുത്തിവെപ്പുകാരനും മരുന്നും എത്തുന്നതുവരെ മദി ദീർഘിപ്പിക്കാൻ ഒരു സർക്കാറിനും സാധിക്കില്ലല്ലോ എന്ന് ഓമന ചിന്തിച്ചു.

രാത്രി മുഴുവൻ കത്തിപ്പടർന്ന ദച്മിയുടെ ചൂട്, ആസ്പത്രിക്കാർ പ്രത്യക്ഷപ്പെട്ട് അനുഗ്രഹിക്കുന്നതിനു മുൻപേ തണുത്ത് കെട്ടുപോകുമോ എന്ന് ഓമനയ്ക്ക് ഭയമുണ്ടായി.

ആരോ പിടിച്ചു വലിക്കുന്നതുപോലെ ഓമനയുടെ കണ്ണുകൾ വീണ്ടും പത്രത്താളിലേക്ക് പാഞ്ഞുചെന്നു. വെറും കൈയോടെ പൊരുതിക്കൊണ്ടിരിക്കുമ്പോൾ ഏതോ അദൃശ്യകരങ്ങൾ ആയുധം നീട്ടിത്തരുന്നതുപോലെ ഓമനയ്ക്ക് തോന്നുകയുണ്ടായി.

ഏതൊരു ജീവിയുടെയും അടിസ്ഥാനാവശ്യങ്ങളിലൊന്നാണ് സെക്സ് അത് നിഷേധിക്കുന്നത് മനുഷ്യാവകാശലംഘനംതന്നെ.

ഡി.ജി.പി. യുദ്ധസന്നാഹത്തിലാണ്. ജയിലിനകത്താണ് ഏറ്റവും കൂടുതൽ പ്രകൃതിവിരുദ്ധ ലൈംഗികകൃത്യങ്ങൾ നടക്കുന്നത് എന്നത് പരസ്യമായ രഹസ്യമാണ്. അടിച്ചമർത്തപ്പെട്ട വികാരങ്ങളാണ് പലപ്പോഴും ജയിലിനകത്ത് പൊട്ടിത്തെറികൾ സൃഷ്ടിക്കുന്നത്. ക്രിമിനലുകൾ കൊടും ക്രിമിനലുകളായി മാറാൻ ജയിൽനിയമങ്ങൾ തന്നെ ധാരാളം. കുറ്റവാളികൾ പശ്ചാത്തപിച്ച് സാധാരണ ജീവിതത്തിലേക്ക് തിരിച്ചുവരാനാണ് തടവിലിടുന്നത്. എങ്കിൽ ഈ നിയമങ്ങൾ എത്രയും പെ

ട്ടെന്ന് പൊളിച്ചെഴുതണം.

കുറേ മാസങ്ങൾക്കു മുൻപ് വേലായുധനെ കാണാൻ ജയിലിലേക്കു പോയതിന്റെ പൂപ്പൽപിടിച്ച ഓർമ്മകൾ ഓമനയ്ക്ക് തികട്ടി. ഇഷ്ടപ്പെട്ട പലഹാരം എന്താണുണ്ടാക്കുക എന്നാലോചിച്ചപ്പോൾ ഒരു ത്തരവും കിട്ടിയില്ല. ഒന്നിനോടും ഇഷ്ടമുണ്ടായിരുന്നില്ല മൂപ്പർക്ക്. എന്തുണ്ടാക്കിയാലും ഒറ്റച്ചവിട്ടിന് നിലത്തേക്കെറിഞ്ഞുകളയുന്ന സ്വഭാവക്കാരനാണ്, ആഹാരത്തോടു മാത്രമല്ല, എല്ലാ മനുഷ്യരോടും ഈ ലോകത്തോടുതന്നെയും ഇതേ മനോഭാവമാണ്. എങ്കിലും വെറുംകൈയോടെ പോകുന്നത് ശരിയല്ല എന്നതുകൊണ്ട് പഞ്ചസാരയിട്ട് തിളപ്പിച്ച പാൽ കുപ്പിയിലാക്കി പൊതിഞ്ഞെടുത്തു. ജയിലിൽ ഏറെനേരത്തെ കാത്തിരിപ്പിനുശേഷം പാറാവുകാരനോടൊപ്പം അഴികൾക്കപ്പുറത്ത് വേലായുധൻ പ്രത്യക്ഷപ്പെട്ടു. പരസ്പരം നോക്കുകയല്ലാതെ ചോദിക്കാനും പറയാനും ഒന്നുമുണ്ടായിരുന്നില്ല ഇരുവർക്കും.

സുഗാണോ?

പാറ തള്ളിനീക്കുന്ന പ്രയാസത്തോടെ വേലായുധൻ വാ തുറന്നു.

ഉം. ങ്ങക്കോ?

സുഗം.

അനുവദിച്ച സമയം അവസാനിക്കുന്നതിനു മുൻപേ വേലായുധൻ പാറാവുകാരനോടൊപ്പം നടന്നുനീങ്ങി. കൈയിൽ കരുതിയ പാൽക്കുപ്പി വെറുതെ നീട്ടി. അതൊന്നും ഇവിടെ നടപ്പില്ല എന്ന മട്ടിൽ ഒരു വാർഡൻ വന്ന് വാതിൽ കൊട്ടിയടച്ചു.

ജയിലിനു പുറത്തുള്ള മൂത്രപ്പുരയിൽ കയറി പാൽ മുഴുവൻ ക്ലോസറ്റിലൊഴുക്കിക്കളഞ്ഞും കുപ്പി അടുത്തുള്ള കുറ്റിക്കാട്ടിലേക്ക് വലിച്ചെറിഞ്ഞുമാണ് ഓമന മടങ്ങിയത്. പിന്നീട് ജയിലിൽ പോകണമെന്നോ, വേലായുധനെ കാണണമെന്നോ ഓമനയ്ക്ക് തോന്നിയിട്ടില്ല.

ഇടക്കണയിൽ ദച്മിയുടെ കരച്ചിൽ കുറഞ്ഞുവന്നു. ഇന്നലെ മുതൽ തുള്ളിക്കരയാൻ തുടങ്ങിയതാണ്. ജലപാനം അകത്തു ചെന്നിട്ടില്ല. അത് വല്ലാതെ ക്ഷീണിച്ചു കാണും. കുത്തിവെപ്പുകാരൻ എഴുന്നള്ളാൻ സാധ്യതയുള്ള വഴിയിലേക്ക് നിരാശയോടെ നോക്കി, വീണ്ടും പത്രത്തിലേക്ക് കണ്ണുതാഴ്ത്തി.

....സ്ത്രീത്തടവുകാർക്ക് മുലകുടി മാറാത്ത കുഞ്ഞുങ്ങളെ ഒപ്പം കൂട്ടാനുള്ള സ്വാതന്ത്ര്യം ഇപ്പോൾ തന്നെ ജയിലിലുണ്ട്. ഈ യുക്തി മാത്രം മതി തടവുകാർക്ക് ലൈംഗീകബന്ധത്തിന് അവസരമൊരുക്കാൻ. ഭാര്യാഭർത്താക്കന്മാരുടെ അവകാശമായ പ്രത്യുത്പാദന സംവിധാനത്തിന്റെ കടയ്ക്കൽ കത്തിവെക്കാൻ ഒരു സർക്കാറിനും അവകാശമില്ല.

എതിരിടാനാരുമില്ലാതെ ഒറ്റയ്ക്കു മുന്നേറുകയാണ് ഡി.ജി.പി.

...ജയിലിനോടനുബന്ധിച്ച് ഔട്ട്ഹൗസ് പോലുള്ള കെട്ടിടങ്ങൾ പണിയുക. ആവശ്യമുള്ള ഓരോ തടവുകാരനും അല്ലെങ്കിൽ തടവുകാരിക്കും മുൻകൂട്ടി അപേക്ഷ കൊടുത്ത് മാസത്തിലൊരു ദിവസം ഇണയെ വിളിച്ചുവരുത്തി നാലോ അഞ്ചോ മണിക്കൂർ ഈ ഔട്ട്ഹൗസിൽ ഒരുമിച്ചു കഴിയാനുള്ള സംവിധാനമൊരുക്കുക.

ദച്മിക്ക് ഇപ്പോൾ മിണ്ടാട്ടമേയില്ല.

ഓമന പത്രം മടക്കിവെച്ച് എഴുന്നേറ്റു. ഇടക്കണയിൽ പോയി നോക്കിയപ്പോൾ ഒരു യുദ്ധം കഴിഞ്ഞ ക്ഷീണത്തിൽ ദച്മി തലതാഴ്ത്തി നില്ക്കുന്നു. കഴുത്തിലെ കയർ ഓമന അയച്ചു കെട്ടി. അരയിലെ തൈത്തടത്തിൽനിന്ന് കറുവപ്പുല്ലുകൾ പറിച്ചെടുത്ത് മണ്ണ് കുടഞ്ഞു കളഞ്ഞശേഷം അതിന്റെ വായ്ക്കൽ കാട്ടി. അത് നാവുനീട്ടി വലിച്ചെടുക്കുകയും ആർത്തിയോടെ ചവച്ചരയ്ക്കുകയും ചെയ്തു. ഈറ്റത്തിലേക്കു നോക്കിയപ്പോൾ സ്ഫടികനൂലുകൾ ഒഴുകുന്നത് നിലച്ചിരിക്കുന്നു. ഈറ്റം വാൽ താഴ്ത്തിയിട്ട് മറച്ചിരിക്കുന്നു.

കരച്ചിലിന്റെ വക്കത്തോളമെത്തി, ഓമന. ഇനിയും കുത്തിവെപ്പുകാരനെ കാത്തിരിക്കുന്നതിലർഥമില്ല. വന്നാൽത്തന്നെ തണുത്തുറഞ്ഞ പശുവിൽ കുത്തിവെച്ച് നഷ്ടപ്പെടുത്താനുള്ളതല്ല സർക്കാറിന്റെ ബീജം എന്ന്പറഞ്ഞ് നിരസിക്കും.

ഇടക്കണയിൽ നിന്ന് ദച്മിയെ അഴിച്ചെടുത്തു. വരുമ്പോഴുണ്ടായിരുന്ന അതിന്റെ ചാടിത്തുള്ളൽ പൂർണമായും അസ്തമിച്ചിരിക്കുന്നു. വളരെ ശാന്തതയോടെ അത് ഓമനയുടെ പിറകെ നടന്നു. കണ്ണുകളിൽ നിന്ന് കറുത്ത ദ്രാവകം ഒലിച്ചിറങ്ങുന്നത് ഓമന ശ്രദ്ധിച്ചു.

തൊഴുത്തിലെത്തിയശേഷം ഒരു ബക്കറ്റിൽ വെള്ളം കൊണ്ടുവന്ന് ദച്മിയുടെ ദേഹത്തൊഴിച്ചു. ഈറ്റത്തിൽ പറ്റിപ്പിടിച്ചിരുന്ന അഴുക്കുകൾ ചകിരിപ്പാണ്ടകൊണ്ട് അമർത്തി ഉരച്ച് വൃത്തിയാക്കി. കഞ്ഞിക്കലത്തിൽ കാടിവെള്ളം കാട്ടിയപ്പോൾ അതു മുഴുവൻ ആർത്തിയോടെ കുടിച്ചുതീർത്തു. ഓലക്കൊട്ടയിൽ കഴുകിവെച്ചിരുന്ന പച്ചപ്പുല്ല് വല്ലത്തിൽ കുടഞ്ഞിട്ടുകൊടുത്തു.

മേലാസകലം അഴുക്ക് പറ്റിപ്പിടിച്ചതുപോലെ തോന്നുകയുണ്ടായി ഓമനയ്ക്ക് ബക്കറ്റിൽ വെള്ളമെടുത്ത്, ഓലമടലും കീറിയ സാരിയും കൊണ്ട് കെട്ടിമറച്ച കുളിമുറിയിലേക്കു നടന്നു. വസ്ത്രങ്ങൾ ഒന്നൊന്നായി അഴിച്ചുമാറ്റി അയലിൽ ഇട്ടശേഷം പതുക്കെ വെള്ളം കോരി ദേഹത്തൊഴിച്ചു. ഉടലിന്റെ നിമ്നോന്നതങ്ങളിൽ പാഞ്ഞൊഴുകുന്ന കൊച്ചു നദികൾക്കൊപ്പം ഓമനയുടെ മെലിഞ്ഞുണങ്ങിയ കൈവിരലുകൾ സഞ്ചരിക്കാൻ തുടങ്ങി.

●

ഓരോ ആങ്ങളയുടെ ഉള്ളിലും

ഒരു പെണ്ണ് എന്ന പേടിയില്ലായ്മയാണ് കലാവതിടീച്ചറെ പേനയെടുക്കാൻ പ്രേരിപ്പിച്ചത്. കതകിനു പിന്നിൽ കണ്ണീരൊലിപ്പിച്ചു കാലം കഴിക്കുന്ന പെൺജന്മത്തിന്റെ കദനകഥകൾ എഴുതിക്കൂട്ടി ജനസമ്മതി പിടിച്ചുവാങ്ങുകയല്ല. ആൺകോയ്മയുടെ പെരുങ്കോട്ടകൾ തകർത്തെറിഞ്ഞ് അവരെ ജനമദ്ധ്യത്തിൽ വിചാരണചെയ്യലാണ് തന്റെ ദൗത്യമെന്ന് കലാവതി ടീച്ചർ കരുതുന്നു.

തൃശ്ശിനാപ്പള്ളിയിലെ ആയുധനിർമ്മാണഫാക്ടറിയിൽ ടീച്ചറുടെ ആങ്ങളയൊരുത്തൻ രാപകൽ പണിയെടുത്തിട്ടാണ് അവരെ വിദ്യാസമ്പന്നയും വിവേകശാലിയും ഒക്കെ ആക്കിയത്, സഹോദരിയുടെ സാമൂഹിക-സാംസ്കാരിക പ്രവർത്തനങ്ങളിൽ മുൻപേതന്നെ ഇയാൾ നോട്ടമിട്ടതാണ്. മുളയിലേ നുള്ളിക്കളയാൻ ഒരുപാടു പരിശ്രമിച്ചു. തല്ലിക്കെടുത്തുമ്പോഴും ആളിക്കത്തുന്നതായിരുന്നു അവരുടെ വർഗ്ഗസ്നേഹം.

കണക്കോ സയൻസോ മെയിനെടുത്തു പഠിക്കണമെന്നും ഒപ്പം കമ്പ്യൂട്ടർ ക്ലാസ്സിനു ചേരണമെന്നും അതുമിതും വായിച്ച് നേരം കളയരുതെന്നും, നൂലുപൊട്ടിയ പട്ടംകണക്കെ അലഞ്ഞുതിരിയരുതെന്നും മറ്റും എഴുതിനിറച്ച സഹോദരന്റെ കത്തുകൾ കലാവതിക്ക് കയ്പായിരുന്നു.

'ഇവിടെയൊരുത്തനുണ്ട്. ഒരു സയന്റിസ്റ്റ്, മലയാളിതന്നെ, ഒന്നാന്തരം തരവാട്ടുകാരൻ,വകേലൊരമ്മാവന്റെ മകനായിട്ടുവരും. ചെറുപ്പത്തി

ലേ ഇങ്ങോട്ടു പറിച്ചുനട്ടുവെന്ന ദോഷം മാത്രം. ആലോചിക്കട്ടെ മോളേ, എന്ന് ഇന്നലെ വരെ ഫോണിലൂടെ ഇയാൾ ശല്യപ്പെടുത്തുകയുണ്ടായി.

'എനിക്കീ ജന്മത്തിൽ വിവാഹം വേണ്ട' എന്ന് സിനിമയിലും നോവലിലും പറഞ്ഞുപറഞ്ഞു കാരംപോയ വാക്കുകളൊന്നും ടീച്ചർ ആവർത്തിച്ചില്ല. പകരം സയന്റിസ്റ്റ് കുട്ടപ്പൻ ചോറുവയ്ക്കുമോ, തുണിയലക്കുമോ, അടിച്ചുവാരുമോ, പാത്രം കഴുകുമോ എന്നൊക്കെ അന്വേഷിച്ച് 'യെസ്' എന്നാണ് ഉത്തരമെങ്കിൽ ഞാൻ റെഡി ഏട്ടാ' എന്നു കുലുങ്ങിച്ചിരിച്ച് മറുപടി പറഞ്ഞു. 'ഏട്ടന് ഈയുള്ളവൾ ബാധ്യതയാണോ? അതോ എന്റെ സ്വാതന്ത്ര്യത്തിൽ അസൂയയോ?

അപ്പുറത്തുനിന്നുള്ള മറുപടി മൗനമായതിനാൽ അതു കാര്യമാക്കാതെ 'ഏട്ടന് നൊസ്സാ'ണെന്നു വിധിയെഴുതി. രാജ്യത്തെ രക്ഷിക്കാൻ ആയുധങ്ങൾ നിർമ്മിക്കുന്നതിനിടയിൽ ഈ ചേനക്കാര്യത്തിന് നേരം കളയേണ്ടെന്ന് താക്കീതു നൽകി. ഇതിനിടയിൽ ഏടത്തിയമ്മയോടും അഞ്ജു, സഞ്ജു എന്നീ ചോട്ടകളോടും സ്നേഹാന്വേഷണം പറയാൻ മറന്നില്ല.

ചങ്കുറപ്പുള്ള പെണ്ണെഴുത്തുകാരിയുടെ ജീവിതക്രമങ്ങളെക്കുറിച്ച് ഏട്ടനെന്തറിയാം എന്ന പരിഹാസച്ചിരിയോടെ ടീച്ചർ ഫോൺ താഴെ വച്ചു.

ബി.എ ഇംഗ്ലീഷ് മെയിനിനു പഠിക്കുമ്പോഴാണ് ആദ്യമായി പാവാടയും ബ്ളൗസും അഴിച്ചെറിഞ്ഞത്. ജീൻസും ഷർട്ടും അമ്പിള്ളേരുടെ കുത്തകയല്ലെന്ന് ഉറക്കെ പ്രഖ്യാപിച്ചു. പൊളിറ്റിക്സും പ്രസംഗവുമെല്ലാം തങ്ങൾക്കും വഴങ്ങുമെന്നും സമൂഹത്തെ പഠിപ്പിച്ചു.

എങ്കിലും തൂലികത്തുമ്പിലൂടെ വിപ്ളവം വിതറാൻ കലാവതിക്ക് കഴിഞ്ഞിരുന്നില്ല. മെനക്കെട്ടില്ല എന്നു പറയുന്നതാവും ശരി. പകരം വിമൻസ് കൾച്ചറൽ മൂവ്മെന്റ് ഉണ്ടാക്കി. പത്താം ക്ലാസ് കഴിഞ്ഞ് പ്രീഡിഗ്രിയിലേക്ക് അമ്പരപ്പോടെ കാലെടുത്തുവയ്ക്കുന്ന പിഞ്ചുപൈതങ്ങളെ കുത്തിനോവിച്ചു. ക്ലാസ്മുറികളിലും വരാന്തയിലും കാന്റീനിലും ബസ് സ്റ്റോപ്പിലും മറ്റും മുഷ്ടി വായിലിടിച്ച് അനവധി അനുയായികളെ ഉണ്ടാക്കി. അപ്പോഴും ചില്ലറ നോട്ടീസ് മാറ്ററുകളിൽ മാത്രം എഴുത്ത് എന്ന പ്രക്രിയ ഒതുങ്ങിനിന്നു.

എന്നാപ്പിന്നെ ടി.ടി.സി.ക്കോ ബി.എഡിനോ ചേർന്ന് സ്കൂൾ ടീച്ചറാവാൻ നോക്ക് എന്ന് തൃശിനാപ്പള്ളിയിൽ നിന്ന് എസ്.ടി.ഡി.

സ്കൂൾ ടീച്ചർ എസ്റ്റാബിളിഷ്മെന്റിന്റെ അടിമയാണ്. കത്തിത്തീരുന്ന ഒരു മെഴുകുതിരിയുടെ ചിത്രമാണ് സ്കൂൾ ടീച്ചറുടേത്. മാത്രമല്ല കൊച്ചുപിള്ളേരുടെ നിലവാരത്തിലേക്ക് തരംതാഴേണ്ടിവരുമെന്നും അതുവഴി വിജ്ഞാനം മുരടിച്ചു പോവുമെന്നും അവർ സഹോദരനെ ഉദ്ബോധിപ്പിച്ചു. പഠിപ്പിക്കുന്നെങ്കിൽ സമപ്രായക്കാരെ പഠിപ്പിക്കണം.

അടുത്തെങ്ങാനുമുള്ള ഒരു പാറുക്കുട്ടിടീച്ചറുടെ പ്രാരാബ്ധങ്ങളും പ്രയാസങ്ങളും ഉദാഹരിച്ച് സഹോദരന്റെ വായടക്കി.

അടയ്ക്കയാണെങ്കിൽ മടിയിൽ വയക്കാം. അടയ്ക്കാമരമായാലോ? ഏടത്തിയമ്മയുടെ നെടുവീർപ്പ് ഫോണിലൂടെ കേട്ടു. ഏടത്തിയമ്മയുടെ ജീവിതം എരിഞ്ഞുതീരുകയാണ്. അരികുപറ്റിയുള്ള ജീവിതം അലോസരംതന്നെ! സ്വത്വം പണയപ്പെടുത്തേണ്ടിവരിക ലജ്ജാകരം തന്നെ! അഞ്ജുവിനെയും സഞ്ജുവിനെയും പ്രസവിക്കാനുള്ള ഉപകരണം മാത്രമായി ഒതുങ്ങിപ്പോയതു വിവരക്കേടുതന്നെ! കുടുംബം എന്ന പേപ്പർവെയ്റ്റിനു കീഴെ ഞെരിഞ്ഞമർന്നു ശ്വാസം മുട്ടുന്ന വ്യക്തിത്വം. ചിറകറ്റ പക്ഷിയുടെ ദൈന്യം. ഹോ ആലോചിക്കാനേ വയ്യ.

അടുക്കളപ്പണിക്ക് വേതനം നിശ്ചയിച്ചാൽ ഏട്ടന്റെ എത്രയോ ഇരട്ടി ശമ്പളം ഏടത്തിയമ്മയ്ക്കു കിട്ടും പ്രതികരണശേഷിപോലും പണയംവച്ച് പാവം ഏടത്തിയമ്മ.

ഇങ്ങനെ എത്രയെത്ര ഏടത്തിയമ്മമാർ. അടുപ്പിൽകുണ്ടിൽ ശ്വാസം മുട്ടുന്നു! ജനാധിപത്യത്തെപ്പറ്റി ഘോരഘോരം പ്രസംഗിക്കും പുരുഷന്മാർ. അതു വീട്ടുവാതില്ക്കൽവരെ മതി എന്ന് ഉള്ളിൽത്തട്ടി തീരുമാനിക്കുകയും ചെയ്യും.

ഇടയ്ക്കിടെ ഇപ്രകാരം പൊട്ടിത്തെറിക്കാറുണ്ട് കലാവതി.

എം.എ കഴിഞ്ഞ് പാരലലുമായി നടക്കുമ്പോഴാണ് ഇനിയും പലതും ചെയ്യാനുണ്ടെന്ന ബോധം അവരെ ഉണർത്തിയത്.

കലാവതിടീച്ചറുടെ ക്ലാസ്മുറികളിൽ യൗവനയുക്തകളായ പെൺകുട്ടികൾ സ്വതന്ത്രരായി പറന്നുനടന്നു. മുടികെട്ടാത്തവരും ബ്രാ ധരിക്കാത്തവരും പെരുകിവന്നു. കണ്ണെഴുത്തു മാച്ചുകളഞ്ഞ് പലരും പെണ്ണെഴുത്തിന്റെ പ്രചാരകരായി. വിമോചനത്തിന്റെ പെൺവചനങ്ങൾ തീപ്പന്തങ്ങൾപോലെ തലങ്ങും വിലങ്ങും ചീറിപ്പാഞ്ഞു.

അതുവരെ കലാവതിടീച്ചർ തന്റെ തട്ടകം കണ്ടെത്തിയില്ല. അക്ഷരം ആയുധമാണ്. അടിച്ചമർത്തപ്പെട്ടവരുടെ മോചനമാർഗ്ഗമാണ്. ഇതു പയോഗിച്ച് പുരുഷാധികാരത്തിന്റെ പെരുങ്കോട്ടകൾ തകർക്കണം. കാൽച്ചങ്ങലകളും മുള്ളുവേലികളും പൊട്ടിച്ചെറിയാൻ പെൺപടകളെ സജ്ജരാക്കണം. അധികാരം പിടിച്ചുവാങ്ങാൻ അവസാനശ്വാസം വരെ പൊരുതണം.

'പെൺദൈവങ്ങളുടെ പൊരുളുകൾതേടി' എന്ന ഗവേഷണഫീച്ചറായിരുന്നു. ആദ്യത്തെ ചുവടുവെയ്പ്. കളർചിത്രങ്ങളോടെ ഒരു വാരാന്തപ്പതിപ്പിൽ അച്ചടിച്ചുവന്നു.

അഭിനന്ദിച്ചും അപഹസിച്ചും ഒട്ടേറെ കത്തുകൾ വന്നു. വാരാന്ത്യപ്പതിപ്പ് തൃശ്ശിനാപ്പള്ളിയിലും എത്തി.

കുഞ്ഞുനാളിൽ തോട്ടുങ്കര ഭഗവതിത്തെയ്യം കാണാൻ നമ്മളൊരുമിച്ചു കാവിൽ പോയത് ഓർക്കുന്നുണ്ടോ?

ഏട്ടൻ എഴുതി.

ചുറ്റും തീപ്പന്തങ്ങൾ കെട്ടിയ ഉറഞ്ഞുതുള്ളുന്ന തെയ്യം കണ്ട് ഭയന്നു നിലവിളിച്ച നിന്റെ രൂപം ഇന്നലെയന്നപോലെ മനസ്സിൽ തെളിയുന്നു. കുപ്പിവളകൾക്കും ചാന്തുകുപ്പികൾക്കും നിന്റെ കരച്ചിലടക്കാൻ കഴിഞ്ഞില്ല. അരികിൽ ചേർത്തുപിടിച്ച് പേടിക്കല്ലേ, ഇതു വെറും തെയ്യമാണു മോളേ നമ്മുടെ കണ്ണപ്പെരുവണ്ണാന്റെ ഒരുതരം ഡാൻസ് എന്നൊക്കെ ആശ്വസിപ്പിച്ച് കണ്ണീർ തുടച്ചുതു ഞാൻ മറന്നിട്ടില്ല.

ഏട്ടൻ എന്തൊരു വിഡ്ഢി! താഴ്ന്ന ജാതിക്കാരിയായ സ്ത്രീകൂടെ കൂടെയുള്ള തന്റെ പുത്രവിയോഗത്തിൽ മനശ്ശാന്തി കണ്ടെത്താൻ രാമായണം പാരായണം ചെയ്തതിനെ കോവിലകം ഭരണാധികാരികൾ കുറ്റമായി കണ്ടുവെന്നും ശിക്ഷയായി തലയിൽ നെരിപ്പോടുവച്ചു തീകൊടുത്ത് ഓടിച്ചുവെന്നും പിന്നീട് പ്രായശ്ചിത്തമെന്നോണം അവരെ ഭഗവതിയാക്കി തെയ്യം കെട്ടിയാടിയെന്നുമുള്ള നിന്റെ പ്രബന്ധം താത്പര്യത്തോടെയാണു വായിച്ചത്. സഹനത്തിന്റെ ഉമിത്തീ ഒരുനാൾ പ്രതികാരത്തിന്റെ തീജ്വാലയായി മാറുമെന്ന കണ്ടെത്തൽ കൗതുകം തന്നെ.

ഏട്ടന്റെ കത്തുവായിച്ച് കലാവതി കോരിത്തരിച്ചു. കത്ത് വീണ്ടും വീണ്ടും വായിച്ചു. ഒടുക്കം സംശയമായി. പ്രശംസതന്നെയോ അതോ പരിഹാസമോ?

എന്തെങ്കിലുമാവട്ടെ, തന്റെ ലേഖനം തൃശ്ശിനാപ്പള്ളിയിൽവരെ വായിക്കപ്പെടുന്നുണ്ടല്ലോ എന്ന ആഹ്ളാദത്തിലായിരുന്നു അവർ.

തൃശ്ശിനാപ്പള്ളിയിൽ മാത്രമല്ല. ഭൂഗോളമാകെ തന്റെ എഴുത്തിന്റെ ഗന്ധം പരക്കണം ലോകത്തെങ്ങുമുള്ള വളയിട്ടകൈകളെ സായുധരാക്കണം.

'അടിച്ചമർത്തപ്പെട്ട സ്ത്രൈണാനുഭവങ്ങളുടെ പുനർനിർമ്മാണം, പുരുഷാധികാരഘടനകളുടെ അപനിർമ്മാം.'

കലാവതിടീച്ചർ ധ്യാനത്തിലാണ്ടു.

.....കിടപ്പറയിൽ നിന്ന് എണീറ്റ് കണ്ണാടിനോക്കി. പാറിയ മുടി നേരെയാക്കി, ഉലഞ്ഞ സാരി ഒതുക്കി അടുക്കളയിലേക്കു കടക്കും മുൻപ് ഭർത്താവിനെ തിരിഞ്ഞുനോക്കുന്നു. വിമലയെന്ന ചെറുപ്പക്കാരി പൊടുന്നനെ കലാവതിടീച്ചറുടെ അകക്കണ്ണിൽ തെളിഞ്ഞുവന്നു.

'സർക്കാരാപ്പീസിലെ പേനയുന്തുകാരി'യായ അവളുടെ കൺതടങ്ങളിൽ കറുപ്പ്.കോന്തപ്പല്ല് പുറത്തുകാട്ടി കൂർക്കം വലിച്ചുറങ്ങുന്ന ഭർത്താവിനെ വിമല അടിമുടി വീക്ഷിച്ചു.

തവള ഇരപിടിക്കുമ്പോലെ ഇടയ്ക്കിടെ നാവ് പുറത്തുനീട്ടു ന്നുണ്ട്. കൂർക്കം വലിയുടെ താളത്തിൽ ഉയർന്നും താണും കുടവയർ. സർവ്വ അവയവങ്ങളും അവധിദിനം ആസ്വദിക്കുകയാണ്. വിമലയ്ക്കാവട്ടെ അവധിയുടെ ഭാരം ആട്ടുകല്ലിലും അലക്കുകല്ലിലും അടിച്ചു തീർക്കണം.

അഴുക്കുവസ്ത്രങ്ങളെല്ലാം അടിച്ചുകുട്ടിയപ്പോൾ പർവ്വതസമാനം. മുൻപിൻനോക്കാതെ വിമല തീപ്പെട്ടിയുരച്ചു.

പർവ്വതത്തിനു തീപിടിച്ചു.

തന്റെ ഉടുവസ്ത്രം ഒന്നൊന്നായി അഴിച്ച് തീയിലേക്കു വലിച്ചെറിഞ്ഞു.

ഭർത്താവ് ചുമയ്ക്കുകയാണ്. ഉറക്ക കൈവിടാകെ ചുമച്ചുചുമച്ച് ശ്വാസം മുട്ടി.

വിമല ചാരക്കൂമ്പാരത്തിൽ ചമ്രം പടിഞ്ഞിരുന്നു. ഗോതമ്പുനിറമുള്ള നഗ്നമേനിയിൽ ചാരം വാരിപ്പൂശി ആവേശത്തോടെ അതിൽ വീണുരുണ്ടു.

കിടപ്പറയിൽ ചെന്നു ഭർത്താവിന്റെ കഷണ്ടി കയറിയ നെറ്റിയിൽ പതുക്കെ തലോടി. പീളകെട്ടിയ കണ്ണുകൾ തുറന്നു. അയാൾ ഭയന്നു നിലവിളിച്ചു.

നീയാര്?

കലാവതി എഴുതുകയായിരുന്നു.

കഥയുടെ ക്ലൈമാക്സിൽ വിമലയുടെ അകത്തുകയറി കലാവതി വിളിച്ചു ചോദിച്ചു.

ഞാൻ ആരാണ്?

അടിവരയിടുമ്പോഴേക്കും എവിടെനിന്നോ ഒരു പൂവൻ കോഴി ഉച്ചത്തിൽ കൂവി. ലൈറ്റണയ്ക്കുമ്പോൾ കലാവതി ചിന്തിച്ചു

നേരം വെളുക്കാറായെന്നു പിടക്കോഴികൾക്ക് എന്തുകൊണ്ട് കൂവിയറിയിച്ചു. കൂടാ?

രാവിലെ വീണ്ടും ഏട്ടൻ വിളിച്ചു.

ജാതിയോ ജാതകമോ വേണ്ടെങ്കിൽ വേണ്ട, നിന്റെ ഡിമാന്റ്സ് പറ. എല്ലാം ഒത്തുവന്നാൽ മാത്രം പ്രൊസീഡ് ചെയ്യാം...

മുഴുവൻ കേൾക്കാൻ കാത്തുനില്ക്കാതെ 'പ്ളീസ് ലീവ് മി എലോൺ' എന്നു പറഞ്ഞ് കലാവതി ടീച്ചർ ഫോൺ താഴെവച്ചു.

ഏട്ടനു മുഴുവട്ടാണ്. ഇനിയങ്ങോട്ട് ഇരുകൈകളും കൊണ്ട് എഴുതാനുള്ള പുറപ്പാടാണ്. അതിനിടയിൽ ഏട്ടനായിട്ട് അലമ്പുണ്ടാക്കരുത്.

വീണ്ടും വിളിക്കുന്നു; നാശം.

'ഉപദേശിക്കാനല്ല വിളിക്കുന്നത്. ആജ്ഞാപിക്കാനുമല്ല.'

ഏട്ടൻ കരയുകയായിരുന്നു.

'നിനക്ക് പേരും പ്രശസ്തിയും കൈവരുന്നതിൽ ഏട്ടൻ അഭിമാനിക്കുന്നില്ലെന്നാണോ നിന്റെ വിചാരം? എങ്കിലും ആകാശത്തൂടെ പറന്നുകൊണ്ടല്ല ഭൂമിയിൽ നിലയുറപ്പിച്ചു പേരെടുത്താൽ അതാവും ആഹ്ളാദകരം.

നിനക്കോർമ്മയുണ്ടോ? വീട്ടുമുറ്റത്തെ മാവിൻചോട്ടിൽ അച്ഛനും അമ്മയുമായി കളിക്കാറുള്ള നമ്മുടെ ബാല്യം. പ്ലാവിലപ്പാത്രത്തിൽ നീ വിളമ്പിത്തന്ന മണൽച്ചോറ് ശരിക്കും ഞാൻ വായിലിട്ടത് ഇന്നും തെളിമയോടെ ഓർക്കുന്നു. മണ്ണുവാരിത്തിന്നതിന് അച്ഛൻ തല്ലിയപ്പോൾ തുടയിലെ ചുവന്നപാടുകൾ നീ തടവിത്തന്നു.

ഏതാണു കളി. ഏതാണു കാര്യം എന്നാർക്കറിയാം?

തൃശ്ശിനാപ്പള്ളിയിലെ ഫോൺ പെട്ടെന്ന് കട്ടായി. കലാവതിടീച്ചർ 'ഹലോ, ഹലോ' എന്ന് മൂന്നുനാലുപ്രാവശ്യം വിളിച്ചശേഷം റിസീവർ താഴെവച്ചു.

●

ഇടവേളയിൽ ഇറങ്ങിപ്പോയവൾ

ഇടവേളക്കു ശേഷം സുശീലയുടെ സജീവസാന്നിദ്ധ്യം ഞങ്ങൾ പ്രതീക്ഷിച്ചു. ഒരു നിഴലെങ്കിലും പ്രത്യക്ഷപ്പെടുത്തിയില്ല.

ഒരിക്കൽകൂടി കാണാൻ കണ്ണിലെണ്ണയൊഴിച്ച് കാത്തിരിപ്പായിരുന്നു ഞങ്ങൾ. മാറിമാറി വരുന്ന ഓരോ സീനും അരിച്ചുപെറുക്കുകയായിരുന്നു. ഇപ്പോൾ വരും, ഇപ്പോൾ വരും എന്ന് പ്രതീക്ഷിച്ച് മനസ്സിനെ സമാധാനിപ്പിക്കുകയായിരുന്നു.

മെലിഞ്ഞുണങ്ങിയ കാമുകന്റെ കുഴിയിൽവീണ കണ്ണുകളുള്ള വിളറിയ മുഖവും കാറ്റടിച്ചാൽ ചെരിഞ്ഞു വീഴുന്ന മട്ടിലുള്ള നില്പും നടപ്പും പലവട്ടം കാണിച്ചു. ഇറച്ചിവെട്ടുകാരന്റെ കൈക്കരുത്തുള്ള പിതാവിന്റെ വസൂരിക്കലയുള്ള മുഖം വെള്ളിത്തിരയിൽ നിറഞ്ഞുകവിഞ്ഞു. ആങ്ങളമാരുടെ കത്തിവേഷം പല പോസിൽ അരങ്ങുതകർത്തു. സുശീലയെ പണ്ടെങ്ങാനും തറയും പറയും പഠിപ്പിച്ച പൊതുവാൾമാഷ് മുതൽ അവൾ അടുക്കളയിൽ പാൽകൊടുത്ത് പോറ്റുന്ന മണിയൻ പൂച്ചവരെ ഇടവേളക്കുശേഷം നിർബാധം വന്നുപോകുന്നുണ്ട്. ആകാശത്തിനു കീഴെയുള്ള സർവസംഗതികളും തലങ്ങും വിലങ്ങും പ്രദർശിപ്പിക്കപ്പെട്ട രണ്ടാംപകുതിയിൽ സുശീലക്കു മാത്രം ഭ്രഷ്ട് കൽപ്പിച്ചിരിക്കുന്നു.

സുശീലയുടെ സജലങ്ങളായ കണ്ണുകളുടെ ക്ലോസപ്പിലാണ് ഇടവേള എന്നെഴുതിക്കാണിച്ചത്. അവൾക്കെന്തുപറ്റിക്കാണും എന്ന് സ്വാഭാവികമായും ഞങ്ങൾ ചിന്തിച്ചു. ഇടവേള മുഴുവൻ അവൾ ഞങ്ങളെ

പിന്തുടരുകയായിരുന്നു. നിലക്കടല കൊറിച്ചുകൊണ്ടിരിക്കുമ്പോൾ ഞങ്ങൾക്കിടയിൽ ഊറിക്കൂടിയ നിശ്ശബ്ദതതന്നെ അതിനു തെളിവാണ്.

ഇനി ഈ വീടിന്റെ പടിയിറങ്ങിപ്പോവരുത് എന്ന അച്ഛനും ആങ്ങളമാരും ആജ്ഞാപിച്ച് മുറിക്കകത്ത് ചവിട്ടിയിട്ട് വാതിൽ പുറത്തനിന്ന് പൂട്ടുമ്പോഴായിരുന്നല്ലോ സുശീലയുടെ കണ്ണു നിറഞ്ഞത്.

ഒന്നുകിൽ അനുസരണയുള്ള കുട്ടിയായി അവൾ ഏതെങ്കിലും ദുബായ്ക്കാരന്റെ കൈപിടിച്ച് വർണപ്പൂക്കൾ കൊണ്ടലങ്കരിച്ച കോണ്ടസ്സകാറിൽ കയറിപ്പോവുന്ന സീൻ കാണിക്കാമായിരുന്നു. അല്ലെങ്കിൽ പോറ്റിവളർത്തിയ അച്ഛനെയും അംഗരക്ഷകരായ ആങ്ങളമാരെയും ധിക്കരിച്ച് നാട്ടിക്കൊള്ളിപോലെ നീണ്ടുവളഞ്ഞ ഓമനക്കുട്ടനോടൊപ്പം ഒറ്റിക്കൂക്കികളിക്കുന്ന ലാഘവത്തിൽ ഒരു ഒളിച്ചോട്ടം ഫിറ്റ് ചെയ്യാമായിരുന്നു. അതുമല്ലെങ്കിൽ എനിക്കീ ജന്മത്തിൽ വിവാഹമേ വേണ്ട എന്ന ശപഥവുമായി 'ആണത്ത' ത്തോടെ ജീവിച്ചു തീർക്കുന്ന രംഗങ്ങൾ ഒരുക്കാമായിരുന്നു. ഇതൊന്നും സുഖകരമായ ഒത്തുതീർപ്പുകളല്ലെങ്കിൽ പടിഞ്ഞാറ്റയിലെ കഴുക്കോലിൽ തൂങ്ങിയാടുന്ന സുശീലയുടെ ഒറ്റ ഷോട്ടുകൊണ്ട് തിയേറ്ററിൽ കണ്ണീർപ്പുഴകൾ ഒഴുക്കാമായിരുന്നു.

ഇടവേളയിലെ അഞ്ചുനിമിഷംകൊണ്ട് എന്തെല്ലാം മറിമായങ്ങളാണ് സംഭവിച്ചത്! ഇരുളടഞ്ഞ ഹാളിന്റെ വാതിലുകൾ മലർക്കെ തുറന്നിട്ടപ്പോൾ സുശീല എവിടേക്കാണ് രക്ഷപ്പെട്ടുകളഞ്ഞത്? അല്ലെങ്കിൽ ഏതു പത്തായത്തിലാണ് നിങ്ങളവളെ ഒളിപ്പിച്ചിരിക്കുന്നത്. ഓമനക്കുട്ടന്റെ കൺവെട്ടത്തുനിന്ന് മാറ്റി നിർത്തുന്നത് മനസ്സിലാക്കാം, നമ്മൾ പ്രേക്ഷകലക്ഷങ്ങൾ എന്തു തെറ്റ് ചെയ്തു? തന്റെ കാമുകിയെ തമസ്ക്കരിച്ചതിൽ ഓമനക്കുട്ടന്റെ മുഖത്ത് പരാതിയുടെയോ പരിഭവത്തിന്റെയോ അടയാളങ്ങൾ കാണാനൊട്ടില്ലതാനും. അയാൾ പണ്ടെന്നപോലെ കപ്പാലത്തിന്റെ കൈവരിയിൽ ചാർന്നിരുന്ന്, സിനിമാവാരിക തുറന്നുവെച്ച് ചിത്രം നോക്കിക്കൊണ്ടിരിക്കുന്നു. അമ്പലത്തിന്റെ ആൽത്തറയിലിരുന്ന് ആരാധനക്കെത്തുന്നവരിൽ ആണുങ്ങളെത്ര, പെണ്ണുങ്ങളെത്ര കല്യാണം കഴിച്ചവരെത്ര, കഴിക്കാത്തവരെത്ര, എന്നിങ്ങനെയുള്ള കണക്കെടുത്തുകൊണ്ടിരിക്കുന്നു. കെ.എം. കാസെറ്റ്ഷോപ്പിന്റെ വരാന്തയിൽ മലർന്നു കിടന്ന് പ്രൊപ്രൈറ്റർ കുഞ്ഞിമെയ്തീനോട് പഴയ പാട്ടുകൾ പാടിക്കാൻ പറഞ്ഞുകൊണ്ടിരിക്കുന്നു.

കുഞ്ഞിമൊയ്തീന്റെ ശേഖരത്തിൽ പഴയ പാട്ടുകളുടെ എണ്ണം കുറവാണ്. ഓമനക്കുട്ടന് ഏറ്റവും ഇഷ്ടപ്പെട്ട മാണിക്യവീണയുമായെൻ മനസ്സിന്റെ താമരപ്പൂവിലുണർന്നവളെ... എന്ന പാട്ട് നിത്യം കേൾക്കും. കാട്ടുതുളസിയുടെ കാസറ്റ് കൊണ്ടുവരാൻ കുഞ്ഞിമൊയ്തീനോട് പലവട്ടം പറഞ്ഞതാണ്. കേട്ടില്ല. ശപ്പൻ കുരങ്ങന്റെ കയ്യിലല്ലേപൂമാലയിരിക്കുന്നത് എന്ന് ഓമനക്കുട്ടൻ ഇടക്കിടെ പിറുപിറുക്കും.

ഇയാൾക്ക് കേട്ട് രസിക്കാനല്ല, ഫംഗസ്പിടിച്ച പഴയപാട്ടുകൾ ചീത്തയാവാതിരിക്കാനാ കൂടെക്കൂടെ ഇട്ടുതരുന്നത് ചെങ്ങായീ എന്ന് കുഞ്ഞിമൊയ്തീനും പിറുപിറുക്കും.

ഇപ്പോൾഴത്തെ പാട്ടൊക്കെ പാട്ടാണോ കുഞ്ഞിമൊയ്തീനെ? ഓമനക്കുട്ടൻ നെടുവീർപ്പിട്ടു.

ജാസും ഡ്രമ്മും അടിച്ചുപൊളിക്കുമ്പോൾ ചെവിപൊത്താൻ തോന്ന്വാണ്. അടികൊണ്ട പട്ടിയെപ്പോലെ ഇവക്കിടയിൽ അർത്ഥമില്ലാത്ത വരികൾ മോങ്ങും. പാടുന്ന അക്കൂട്ടർക്കും തിരിയൂല, കേൾക്കുന്ന തമ്മക്കും തിരിയൂല, അല്ലെ മൊയ്തീനെ?

തിരിയാത്തോന് ആനേനെ കണ്ടാലും തിരിയൂല. അതൊക്കെ പോട്ടെ എത്രകാലാ ഈ ബ്ലാക്ക് ആൻഡ് വൈറ്റ് പാട്ടുംകേട്ടു നടക്ക്വാ? പുതിയ കാസെറ്റുകൾ കേട്ടുനോക്കിക്കൂടെ?

അത് നമ്മളെ ഒന്ന് ഇരുത്തിയതാണല്ലോ മൊയ്തീനെ.

ഓമനക്കുട്ടൻ എഴുന്നേറ്റു. ആകാശത്തിന്റെ അനന്തതയിൽ കണ്ണുംനട്ട് എവിടെനിന്നോ മോഷ്ടിച്ചെടുത്ത ഡയലോഗ് പൊട്ടിച്ചു.

കേട്ട ഗാനങ്ങൾ മധുരം, കേൾക്കാത്ത ഗാനങ്ങൾ അതിമധുരം.

കുറേ നേരം ദൂരേക്ക് നോക്കിയിരുന്നപ്പോൾ റോഡരികിൽ ഇലക്ട്രിക് കമ്പികളിൽ വന്നിരിക്കുന്ന കാക്കക്കൂട്ടങ്ങളിൽ കണ്ണുതടഞ്ഞു.

ഞാൻ പോകുന്നു സുഹൃത്തേ എന്ന്പറഞ്ഞ് ഓമനക്കുട്ടൻ കെ. എം. കാസെറ്റ് ഷോപ്പിന്റെ സ്റ്റെപ്പിറങ്ങി.

ഛെ പോല്ല, ചെങ്ങായീ ങക്ക്പറ്റിയ ഒരു പാട്ട് കേട്ടോളൂ എന്ന് പറഞ്ഞ് കുഞ്ഞിമൊയ്തീൻ ഒരു കാസെറ്റ് ഇട്ടുകൊടുത്തു.

ഈശ്വരചിന്തയിതൊന്നേ മനുജനു ശാശ്വതമുള്ളുലകിൽ....

ഓമനക്കുട്ടന്റെ മാനസികാവസ്ഥ അറിഞ്ഞാൽ സുശീലക്ക് വന്നുപെട്ട ഗതിയും ഗതികേടും മനസ്സിലാക്കാൻ കഴിയുമെന്ന് കരുതിയതാണ്. അതും ചീറ്റിപ്പോയി.

വാസ്തവത്തിൽ സുശീലയും ഓമനക്കുട്ടനും തമ്മിൽ അഗാധമായ പ്രണയത്തിലായിരുന്നോ? ആദ്യപകുതിയിൽ അതിനുള്ള സൂചനകളൊന്നും തരുന്നില്ല. അച്ഛനും ആങ്ങളമാരും തൊടുത്തുവിട്ട സംശയശരങ്ങളെ സുശീല മൗനംകൊണ്ട് നേരിട്ടതാണ് അവരുടെ പ്രേമബന്ധം സാധൂകരിക്കാനുള്ള ഏക തെളിവ്. ഉണ്ടെങ്കിൽ ഉണ്ട്. ഇല്ലെങ്കിൽ ഇല്ല എന്നു പറഞ്ഞ് സംശയങ്ങൾക്ക് വിരാമമിടുന്നതിനു പകരം അവൾ രണ്ടിറ്റു കണ്ണീർ വീഴ്ത്തി പ്രേക്ഷകരെ മുൾമുനയിൽ നിർത്തുകയാണ്.

ഒരു പ്രണയകഥയിലെ നായകനാവാനുള്ള എന്തു യോഗ്യതയാണ് ഓമനക്കുട്ടനുള്ളത് എന്നാരും അറിയാൻ മെനക്കെട്ടില്ല. പണിയുണ്ടോ? പഠിപ്പുണ്ടോ? പത്രാസുണ്ടോ? വീടുണ്ടോ? വീട്ടുകാരുണ്ടോ? കാണാൻ ചന്തമുണ്ടോ? എന്തെങ്കിലും നേരിടാൻ ത്രാണിയുണ്ടോ?

അച്ഛനും ആങ്ങളമാരും കാളപെറ്റെന്നു കേട്ടപ്പോൾ കയറെടുത്തു എന്നു പറയുന്നതാവും ശരി, പക്ഷേ അവരെ കുറ്റം പറഞ്ഞിട്ടു കാര്യമില്ല. കണ്ണും കാതുമില്ലാത്ത ഒരുതരം ജന്തുവാണ് പ്രേമം. ചക്കയുടെ വെളഞ്ഞിർപോലെ അത് തൊട്ടിടത്ത് പറ്റിപ്പിടിക്കും. ഒഴിയാബാധയാണതെന്ന് ചരിത്രം നമ്മെ പഠിപ്പിക്കുന്നുണ്ട്. മുളയിലേ നുള്ളിക്കളഞ്ഞില്ലെങ്കിൽ ഇത്തിക്കണ്ണിപോലെ കയറിപ്പടർന്ന് ശരീരത്തിന്റെയും മനസ്സിന്റെയും ആരോഗ്യം കവർന്നെടുക്കും.

അച്ഛനും ആങ്ങളമാരും എത്ര ക്രൂരന്മാരായ വില്ലന്മാരാണോ അത്രയും ഉത്തരവാദിത്തബോധമുള്ള നായകന്മാരുമാണ്. ദൈവം തമ്പുരാൻ വരുമോ തങ്ങളുടെ കുട്ടിയെ ശാസിച്ചു നേർവഴിക്ക് നയിക്കാൻ...!

അതൊക്കെ സഹിക്കാം. ഇക്കൂട്ടർ ഇടവേളക്കുശേഷം എന്തുതരത്തിലുള്ള സംരക്ഷണമാണ് സുശീലക്ക് നൽകുന്നത് എന്നറിയാനുള്ള അവകാശം പ്രേക്ഷകനുണ്ട്. അച്ഛന്റേയും ആങ്ങളമാരുടെയും പിറകെ ചുറ്റിനടക്കുന്ന ക്യാമറ അവർ വീട്ടുപടിക്കലെത്തുമ്പോൾ പി ന്തിരിഞ്ഞോടുന്നു. അല്ലെങ്കിൽ അവിടെ എവിടെയോ കാണാനിടയായ വെളുത്ത പൂച്ചക്കൂട്ടിയിൽ സൂം ചെയ്ത് മറ്റേതെങ്കിലും സീനിലേക്ക് കട്ട് ചെയ്യുന്നു.

ഇടവേളക്ക് മുമ്പ് ഒരു സ്വപ്നത്തിൽ ടീ ഷർട്ടും ബെൽബോട്ടം പാന്റ്സും ധരിച്ച് ഓമനക്കുട്ടനോടൊപ്പം ദാവണിയുടുത്ത സുശീലയുമുണ്ടായിരുന്നു. കടൽത്തീരത്തും കുന്നിൻ ചെരിവിലും മഞ്ഞുമലകൾക്കുമീതെയും മഴനൂലുകൾക്കിടയിലും യുഗ്മഗാനം പാടി അവർ സ്ലോമോഷനിൽ ഒഴുകി നടന്നു. പാട്ടിലെ വരികൾ മാറുമ്പോൾ അവരുടെ വേഷവിധാനങ്ങളും മാറിമാറിവന്നു.

ഇടവേളക്കുശേഷം അമ്പലക്കുളത്തിലെ തെളിനീരിൽ സ്വന്തം പ്രതിബിംബം നോക്കി.

ആരറിവൂ ഈ നിഴലിനെ,
ആരറിവൂ സ്വന്തം മനസ്സിനെ
അണപൊട്ടിയ സ്വപ്നത്തിൻ മഴയത്തോ
കരളുരുകും വെയിൽ വീണ മുറ്റത്തോ
എറിയുന്ന പാവയായ് മാറുന്നു
നമ്മൾ അലയുന്ന കാറ്റായ് തീരുന്നു....

എന്നിങ്ങനെയുള്ള ശോകഗാനം തനിച്ചുപാടുമ്പോൾ ഫ്ളാഷ്ബാക്കിലൂടെ സുശീലയുടെ ശാലീനസുന്ദരമായ മുഖം പ്രത്യക്ഷപ്പെടുമെന്ന്

ഞങ്ങൾ വിചാരിച്ചു. എന്തിനാണ് ഓമനക്കുട്ടനെക്കൊണ്ട് ഈ പാട്ട് പാടിക്കുന്നത്? അയാളുടെ മനസ്സിൽ ഇപ്പോൾ സുശീലയുണ്ടോ? ഉണ്ടെങ്കിൽ അത് ഈ പാട്ടുസീനിലെങ്കിലും ധ്വനിപ്പിക്കേണ്ടതല്ലേ.

ഇപ്പോഴാണ് ഞങ്ങളുടെ മനസ്സിൽ നേരത്തെ പറഞ്ഞ സംശയം ബലപ്പെടുന്നത്. ഓമനക്കുട്ടനും സുശീലയും തമ്മിൽ എന്തു ബന്ധമായിരുന്നു? ആരാണ് ഇവർ തമ്മിൽ പ്രണയമാണെന്ന് പറഞ്ഞ് പരത്തിയത്? ഓമനക്കുട്ടന്റെ ഒരു പകൽസ്വപ്നത്തിൽ ആരെല്ലാം കടന്നുവരാറുണ്ടെന്ന് ആർക്കറിയാം. സ്വപ്നത്തിലെ പാട്ടിലല്ലാതെ യഥാർത്ഥ ജീവിതത്തിൽ ഇതേപ്പറ്റി വല്ല സൂചനയും നൽകിയിട്ടുണ്ടോ? അവളും അവനും തങ്ങളുടെ ഇംഗീതം പരസ്പരം പങ്കുവെച്ചിട്ടുണ്ടോ? മറ്റാരോടെങ്കിലും സൂചിപ്പിച്ചിട്ടുണ്ടോ?

ഇത്തരം വാദഗതികളൊന്നും ഇടവേളക്കുശേഷം സുശീലയെ കാണാതിരിക്കുന്നതിനുള്ള ന്യായീകരണമാവുന്നില്ല, എത്ര അനായാസമാണ് എല്ലാവരും സുശീലയെ മറന്നുപോയത്.

ഒരു ഉച്ചവെയിലിൽ വളയൻകാൽ കുടയുമായി വീടിന്റെ കണ്ടികയറി വരുന്ന പൊതുവാൾമാഷെ പ്രത്യക്ഷപ്പെടുത്തിയപ്പോൾ കരുതിയതാണ്- ഇപ്പോൾ സുശീലയെ വിളിക്കും കാണും, സംസാരിക്കും, അപ്പോൾ ഞങ്ങൾക്കും ഒരുനോക്കു കാണാമല്ലോ. ആരാണ് ഈ പൊതുവാൾമാഷ്? സുശീലയുടെ ക്ലാസ്മാഷായിരുന്നു എന്നത് ഈ സന്ദർഭത്തിൽ ഒട്ടും പ്രസക്തമല്ല. റിട്ടയർമെന്റിനുശേഷം പെൻഷൻ തുകകൊണ്ട് മാത്രം ജീവിതം മുന്നോട്ടു നീക്കാനാവില്ലെന്ന് വന്നപ്പോൾ കണ്ടെത്തിയ മാർഗമായിരുന്നു ബ്രോർക്കർ പണി. എങ്ങാണ്ടോ ഒരു ചെറുക്കനുണ്ട്. മാന്യമായ ജോലി, മോശമല്ലാത്ത ശമ്പളം, ആലോചിച്ചോട്ടെ, എന്ന് പിതാവിനോട് പറയാനായിരിക്കും മാഷ് വീട്ടിൽ കയറിച്ചെന്നത് എന്നാണ് തീർച്ചയായും ഞങ്ങൾ ധരിച്ചത്. ഇപ്പോൾ സംഭാരം നിറച്ച ഗ്ലാസുമായി സുശീല കടന്നുവരും. പിന്നെ ചെറുക്കനും കാർണോർമാർക്കും ഉള്ള ചായയും പരിഹാരങ്ങളുമായി സുശീല തലതാഴ്ത്തിവരും, പിന്നെ ആടയാഭരണങ്ങളാൽ അണിഞ്ഞൊരുങ്ങി വരണമാല്യവുമായി കല്യാണപ്പന്തലിൽ നാണം കുണുങ്ങി സുശീല നടന്നുവരും എന്നൊക്കെ ആശിച്ചുപോയ ഞങ്ങൾക്കു തെറ്റി. വരാന്തയിൽ കൊമ്പൻ മീശ പിരിച്ചുകൊണ്ട് പ്രത്യക്ഷപ്പെട്ട അച്ഛനോട് ഇവിടത്തെ സിന്ധിപ്പശുവിനെ കച്ചോടാക്കുന്നോ എന്ന് ചോദിച്ചുകൊണ്ട് പ്രതീക്ഷ കീഴ്മേൽ മറിക്കുകയായിരുന്നു പൊതുവാൾമാഷ്. ഇല്ല മാഷെ ഞങ്ങളുടെ പാലുകുടി മുട്ടിപ്പോവും എന്ന് പറഞ്ഞ് മാഷെ തിരിച്ചയക്കുകയായിരുന്നു പിതാവ്. പിന്നീടാണ് നാമറിയുന്നത് പശുവിനെ മാത്രമല്ല പട്ടിയേയും പൂച്ചയേയും വരെ കൈമാറ്റം ചെയ്യുന്ന ഇടനിലക്കാരനായി മാഷ് മാറിയിരിക്കുന്നു.

അതൊക്കെ ആരാന്റെ കാര്യങ്ങൾ. എന്തുകൊണ്ടാണ് നിങ്ങൾ സുശീലയിലേക്ക് കടന്നുവരാത്തത്, ഏതു ദുനിയാവിലേക്കാണ് അവൾ

ഇറങ്ങിപ്പോയത്? ആരും കാണാനില്ലാത്ത ഇടവേളയിൽ നിങ്ങളവളെ എന്ത് ചെയ്തു? കൊന്നു കുഴിച്ചിട്ടെങ്കിൽ കുഴിമാടത്തിലെങ്കിലും ഞങ്ങളെ കൂട്ടിക്കൊണ്ടുപോയ്ക്കൂടെ?

അവളുടെ ഏതുരീതിയിലുള്ള വളർച്ചയും കഥയെ ട്രാജഡിയിലേക്ക് നയിക്കും എന്ന് നിങ്ങൾ ധരിക്കുന്നുവോ? കഥ ശുഭ ാ ന്തമായിക്കൊള്ള ണമെന്ന് ശാഠ്യം പിടിക്കുന്നതെന്തിന്?

●

വക്കും മൂലയുമുള്ള ജീവിതം

കഥഇതുവരെ

തയ്യൽക്കാരി സത്യഭാമയുടെ ഏക മകളാണ് സുന്ദരിയും സൽസ്വഭാവിയുമായ അശ്വതി. ട്യൂട്ടോറിയൽ വിദ്യാർത്ഥിനിയായ അശ്വതി ഒരിക്കൽ യാത്രാമധ്യേ, കോടീശ്വരനായ ബാഹുലേയൻ മുതലാളിയുടെ മകൻ സുധൻ എന്ന ചെറുപ്പക്കാരനെ യാദൃച്ഛികമായി കണ്ടുമുട്ടുന്നു. പ്രഥമദൃഷ്ടിയിൽ തന്നെ ഇരുവരിലും അനുരാഗം ജനിക്കുന്നു. അച്ഛനോ ആങ്ങളമാരോ ഇല്ലാത്ത ദരിദ്രകുടുംബത്തിലെ അംഗമാണ് താനെന്ന് അശ്വതി തുറന്നു പറഞ്ഞപ്പോൾ സുധന്റെ സ്നേഹം പതിൻമടങ്ങ് വർധിക്കുന്നു. സ്കൂളിൽ പഠിക്കുന്ന കാലത്ത് കേവലം ഒരു പോയന്റിന് കലാതിലകപട്ടം നഷ്ടപ്പെട്ട ഹതഭാഗ്യയാണെന്നുകൂടി പറഞ്ഞപ്പോൾ, തന്റെ ജീവിതപങ്കാളി ഒരു കലാകാരിയായിരിക്കണമെന്ന് പണ്ടേ ആഗ്രഹിച്ചിരുന്നതായി സുധൻ വെളിപ്പെടുത്തുന്നു. അശ്വതിയെ പൊന്നുപോലെ നോക്കുമെന്ന് അയാൾ തലയിൽ കൈവെച്ച് ശപഥം ചെയ്യുന്നു. ഒരു ദിവസം സ്വന്തം കാറിൽ സുധൻ അശ്വതിയെ നഗരം ചുറ്റിക്കാണിക്കുന്നു. വഴിമധ്യേ പാർക്കിൽവെച്ച് അജിത്ത് എന്ന തന്റെ സുഹൃത്തിനെ സുധൻ പരിചയപ്പെടുത്തിക്കൊടുക്കുന്നു. സീരിയൽ നിർമാതാവുകൂടിയായ അജിത്തിന് നിരവധി സിനിമാതാരങ്ങളെയും സംവിധായകരെയും അടുത്തറിയാമെന്നും താല്പര്യമുണ്ടെങ്കിൽ അശ്വതിയെ പേരുകേട്ട സിനിമാ നടിയാക്കാൻ നിഷ്പ്രയാസം സാധിക്കുമെന്നും ബോധ്യപ്പെടുത്തുന്നു. ആദ്യഘട്ടമെന്നോണം അജിത്ത് നിർമിക്കുന്ന സീരിയലിൽ നായികയായി

അശ്വതിയെ തെരഞ്ഞെടുത്തിട്ടുണ്ടെന്ന് സുധൻ വെളിപ്പെടുത്തുന്നു. അടുത്തദിവസം സ്ക്രീൻടെസ്റ്റിന് വേണ്ടി ഹോട്ടൽ പാരഡൈസിലെ മുന്നൂറ്റിപ്പതിമൂന്നാം നമ്പർ മുറിയിൽ എത്തിച്ചേരണമെന്നും, ചുറ്റിലും അസൂയക്കാരായതുകൊണ്ട് ഇക്കാര്യം ഇരുചെവി അറിയരുതെന്നും നിർദേശിക്കുന്നു. രാത്രി അശ്വതിക്ക് ഉറക്കം വരുന്നില്ല. രാവിലെ രണ്ടും കല്പിച്ച് പുറപ്പെടാനൊരുങ്ങവേ, അമ്മ സത്യഭാമ, ഇന്ന് നിന്നെക്കാണാൻ ഒരു ചെറുക്കൻ വരുന്നുണ്ടെന്നും അതുകൊണ്ട് ട്യൂട്ടോറിയലിൽ പോകേണ്ടെന്നും പറഞ്ഞത് അശ്വതി ഞെട്ടലോടെ കേൾക്കുന്നു.

ഇനിവായിക്കുക.

അധ്യായം എഴുപത്തിരണ്ട്

ഈ പെണ്ണ് എന്തെടുക്കുകയാ...?

സത്യഭാമ അസ്വസ്ഥയായി, ഉച്ചക്കുമുമ്പ് ചെറുക്കനും ആൾക്കാരും എത്തും. ചെയ്തുതീർക്കാൻ ഒരുപാട് ജോലികളുണ്ട്. ആദ്യം ചെയ്യേണ്ടതെന്ത് എന്ന അനിശ്ചിതത്വത്തിലാണ് സത്യഭാമ. ആകപ്പാടെ ഒരു പരവേശം, ആദ്യമായിട്ടാണ് ഇങ്ങനെ ഒരനുഭവം.

മുറ്റത്താകെ പുല്ലുകൾ മുളച്ച് പൊന്തിയിരിക്കുന്നു. ചെറുക്കനും ആൾക്കാരും മുറ്റത്ത് കാലെടുത്തുവെക്കുമ്പോൾതന്നെ മനംപുരട്ടലുണ്ടാവാൻ മറ്റെന്തെങ്കിലും വേണോ? കിളച്ചുകോരി വൃത്തിയാക്കാൻ പോയാൻ അതിനേ നേരമുണ്ടാവൂ.

മുറ്റത്തിന്റെ കാര്യം പോകട്ടെ. മുറിയിലപ്പാടെ മാറാലകളാണ്. മണ്ണും പൊടിയും കൊണ്ട് വൃത്തികേടായിരിക്കുന്നു. തയ്ക്കാൻ കൊണ്ടിട്ട തുണികളും ബാക്കിയായ കഷ്ണങ്ങളും നിലത്തും അയലിലും വാരിവലിച്ചിട്ടിരിക്കയാണ്. ജനലഴികൾക്കിടയിൽ പഴയ വീക്കിലികൾ ഇറുക്കിവെച്ചിരിക്കുന്നു. എല്ലാം അടുക്കിക്കെട്ടി തൂക്കി വിൽക്കണമെന്നു കരുതിയിട്ട് കാലം കുറച്ചായി, ടെലിവിഷനാണെങ്കിൽ ജാമ്പവാൻ കാലത്തെ മോഡലാണ്. എന്നാൽ അതിന്റെ കവറെങ്കിലും അഴിച്ചെടുത്ത് അലക്കിവെളുപ്പിക്കാൻ ഇതുവരെ നേരം കിട്ടിയിട്ടില്ല.

എല്ലായ്നും ഈയൊരുത്തീന്റെ കൈതന്നെ എത്തണംന്ന് വെച്ചാ വല്യ കഷ്ടാണ്. ഇന്നെങ്കിലും ഇരുന്നേടത്തുനിന്ന് എണീറ്റ് ഒന്ന് സഹായിച്ചൂടെ രാജകുമാരിക്ക്!

സത്യഭാമ ആരോടെന്നില്ലാതെ പറഞ്ഞുകൊണ്ടിരുന്നു. അവർ ഇപ്പോൾ ശരിക്കും സങ്കടപ്പെടുന്നുണ്ട്. എല്ലാം തന്റെ തകരാറുതന്നെ! ആണായിട്ടും പെണ്ണായിട്ടും ഒന്നല്ലേ ഉള്ളൂ എന്നു കരുതി തലയിലും താഴത്തും വെക്കാതെ പോറ്റിയതാണ്. വീട്ടുജോലികളൊന്നും ഇതേവരെ ചെയ്യിപ്പിച്ചിട്ടില്ല. അതിനൊട്ട് നേരവുമുണ്ടായിരുന്നില്ല. പത്തു മുതൽ നാലുവരെ സ്കൂൾ പഠിപ്പ് കൂടാതെ രാവിലെ പാട്ടും വൈകീട്ട് ഡാൻസു

മുണ്ട്. മകളെ ഒരു കലാകാരിയാക്കണമെന്നായിരുന്നു സ്വപ്നം. മുഖസൗന്ദര്യവും ആകാരവടിവും ദൈവം സഹായിച്ച് ധാരാളമുണ്ട്. താനായിട്ട് അത് നശിപ്പിക്കേണ്ടെന്നു കരുതിയാണ് ഉണ്ട പാത്രംപോലും കഴുകിക്കാതിരുന്നത്. എന്നിട്ടെന്തായി? കക്ഷത്തിലുള്ളതും പോയി, ഉത്തരത്തിലുള്ളത് കിട്ടിയതുമില്ല എന്ന മട്ടായി. പഠിപ്പിൽ പണ്ടേ പിന്നോട്ടായി. പണക്കാരുടെ കുട്ടികളോടൊപ്പം മത്സരിക്കാൻ പറ്റാതായപ്പോൾ പാട്ടും ഡാൻസും അതിന്റെ പാട്ടിനുപോയി. പണം വാരിക്കോരി ചെലവാക്കി കടംകേറി മുടിഞ്ഞതു മിച്ചം.

എടീ ഒരു കഷ്ണം തുണിയെടുത്ത് കൊണ്ടന്നാട്ടെ, ടീവീന്റെ ചില്ലിൽ അപ്പടി പൊടി കേറിയിരിക്ക്വാ.

അശ്വതി വിളി കേൾക്കുന്നുണ്ടായിരുന്നില്ല. കണ്ണാടിക്കു മുമ്പിൽ തല കുമ്പിട്ടിരുന്ന് കണ്ണീർവാർക്കുകയായിരുന്നു. മുടി രണ്ടായി മെടഞ്ഞ്. പൗഡറും സെന്റും പൂശി, വാലിട്ടു കണ്ണെഴുതി, പുരകങ്ങൾ കറുപ്പിച്ച്, ചുണ്ടുകൾ ചുവപ്പിച്ച്, നെറ്റിയിൽ കൊച്ചു നക്ഷത്രപ്പൊട്ട് ഒട്ടിച്ച്, ചാഞ്ഞും ചെരിഞ്ഞും തന്റെ മുഖം കണ്ണാടിയിൽ കണ്ട് രസിക്കുന്നതിനിടയിലായിരുന്നു ജനാലക്കപ്പുറത്തുനിന്ന് അമ്മയുടെ വാക്കുകൾ ഇടിത്തീപോലെ കാതുകളിൽ പതിച്ചത്. അപ്പോൾതന്നെ ഇരു കൈകളും കൊണ്ട് മുഖം പൊത്തി. കണ്ണീരും കൺമഷിയും കുടിക്കലർന്ന് മുഖത്ത് പരന്നു. ഊതിക്കാച്ചിയ പൊന്നുപോലെ തിളങ്ങിയിരുന്ന മുഖം ചവിട്ടിക്കുഴച്ച ചെളിപോലെ വിരൂപമായി.

നീ അനങ്ങണ്ട. ആടത്തന്നെ ഇരിക്ക് മങ്ങലംകയ്ഞ്ഞ് വേറെ വീട്ടിലെത്തുമ്പം നിക്കാനും ഇരിക്കാനും നേരുണ്ടാവൂല. അപ്പഴാ അയ്ന്റെ വേഷമം തിരിയ്വാ.

അശ്വതി എന്നിട്ടും എഴുന്നേറ്റില്ല.

താൻ നെയ്തെടുത്ത സ്വപ്നങ്ങൾ മുഴുവൻ ഒറ്റയടിക്ക് തകർന്നു തരിപ്പണമാവുകയാണോ എന്ന് അവൾക്ക് തോന്നി. തന്റെ ഇല്ലായ്മകളും വല്ലായ്മകളും വ്യക്തമായി അറിയാവുന്ന ഒരാൾ മനസ്സറിഞ്ഞ് സ്നേഹിക്കാൻ തുടങ്ങിയതായിരുന്നു. തന്റെ ചിരകാലസ്വപ്നമായിരുന്ന സിനിമാ ലോകത്തെത്താനുള്ള കോവണിയുടെ ആദ്യത്തെ പടിയിൽ ചവിട്ടിയതായിരുന്നു. പെരുമഴയിൽ മൺകട്ടയെന്നപോലെ എല്ലാം കുത്തിയൊലിച്ചുപോവുകയാണോ!

അലാക്കിന്റെ സൊപ്പനം കാണല് എപ്പഴാ അവസാനിക്ക്വ, ബാക്കിയുള്ളോര് ശ്വാസം കൈകൊണ്ട് നട്ടം തിരീമ്പം ഒന്ന് അടിക്ക്വോ, വാര്വോ ചെയ്താല് എന്താ വരാമ്പോന്ന്?

സത്യഭാമ ഇങ്ങനെയൊക്കെ വഴക്കുപറയുമെങ്കിലും, അശ്വതി ചൂലൊന്നു തൊട്ടാൽ മതി, ഓടിവന്ന് പിടിച്ചുവാങ്ങും, അതും ഇന്നത്തെ ദിവസം അവളെക്കൊണ്ട് ഒരു പണിയും ചെയ്യിച്ചുകൂടാ. എങ്കിലും മുറി

ക്കു പുറത്തിറങ്ങി എന്തെങ്കിലും അഭിപ്രായം പറയാത്തതിലാണ് അവർക്ക് സങ്കടം.

അവളെ കുറ്റം പറഞ്ഞിട്ട് കാര്യമില്ല. ഇത്തിരി നാണവും സങ്കോചവുമൊക്കെ കാണും.

സത്യഭാമ വിചാരിച്ചു. ആദ്യമായി ഒരാൾ പെണ്ണുകാണാൻ വരികയാണ്. എങ്ങനെ ഉടുക്കണം, എങ്ങനെ നടക്കണം, എങ്ങനെ ചിരിക്കണം, എങ്ങനെ പെരുമാറണം എന്നൊക്കെ ചിന്തിച്ച് പരിഭ്രമിച്ചിരിക്കുകയാവും പാവം.

പണവും പഠിപ്പും കാര്യമാക്കാതെ പെണ്ണിനെ മാത്രം നോക്കുന്ന ചെറുക്കനാണെങ്കിൽ വേറെയൊന്നും ആലോചിക്കാനില്ല. കല്യാണം നടക്കും.

കല്യാണം...!

പൊടുന്നനെ സത്യഭാമക്ക്, തന്റെ മനസ്സിൽ ആരോ തീ കോരിയിടുന്നതുപോലെ അനുഭവപ്പെട്ടു.

ഒരു കല്യാണം നടത്തുക എന്നത് എളുപ്പമുള്ള കാര്യമല്ല. വാരിക്കോരി കൊടുക്കാൻ കഴിയില്ലെങ്കിലും കൈയിലും കഴുത്തിലുംകുറച്ചെന്തെങ്കിലും തൂങ്ങിക്കിടന്നില്ലെങ്കിൽ നാണക്കേടല്ലെ. ആളുകൾ അടക്കം പറയില്ലേ, വീട് ഒന്ന് വെറുതെ തേച്ചു മിനുക്കാൻ തന്നെ വേണം പതിനായിരം. പിന്നെ പന്തൽ, സദ്യ....

ഇക്കാലംകൊണ്ട് സത്യഭാമ ഒന്നും സമ്പാദിച്ചിട്ടില്ല. മകളെ ആളാക്കിയത് മിച്ചം. പത്താംക്ലാസിൽ പലവട്ടം തോറ്റതാണ്. വീട്ടിലിരുത്തിയാൽ മൂലക്കായിപ്പോവും എന്നതുകൊണ്ടു മാത്രമാണ് എല്ലാ കൊല്ലവും ട്യൂട്ടോറിയലിൽ വിടുന്നത്. അല്ലാതെ ഈ ജന്മം പാസാവുമെന്ന വിശ്വാസത്തിലല്ല. പുര നിറഞ്ഞു നിൽക്കുകയല്ലേ. വല്ലവരും കാണുന്നെങ്കിൽ കാണട്ടെ എന്നാണ് ദുരുദ്ദേശ്യം. പാട്ടിനും ഡാൻസിനും ചെലവാക്കിയത് ഓർക്കുമ്പോൾ സത്യഭാമയുടെ ചങ്കിടിപ്പ് പെരുകും. നഷ്ടക്കച്ചവടമായിപ്പോയി എല്ലാം. തെക്കേതിലെ ചന്ദ്രൻ കോൺട്രാക്ടറുടെ മകൾ പൂർണിമാ ചന്ദ്രനെക്കാളും വടക്കേതിലെ വസുമതിടീച്ചറുടെ മകൾ മായ എസ് നായരെക്കാളും ഒരുപടി മുന്നിലെത്തണമെന്നേ ആദ്യം കരുതിയുള്ളൂ. പിന്നെ പുലിപ്പുറത്ത് കയറിയതുപോലെ ഇറങ്ങാൻ പറ്റാത്ത അവസ്ഥയായി. തമ്പോല കളിയാണിതെന്ന് മനസ്സിലായി വരുമ്പോഴേക്കും കടംകേറി മുടിഞ്ഞിരുന്നു.

ആളിക്കത്തിയിരുന്ന മോഹങ്ങളെല്ലാം അടിച്ചു കെടുത്താൻ കുറെ പണിപ്പെടേണ്ടിവന്നു.

ഇപ്പോൾ വീട്ടിൽ ആരെങ്കിലും വന്നാൽ ചായയും പലഹാരങ്ങളും കൊണ്ടുവെക്കാൻ ഒരു ടീപോയിയോ, മേശയോ ഇല്ല. ഇരിക്കാനുള്ള

കസാരകൾ അടുത്ത വീട്ടിൽനിന്ന് എടുത്തുകൊണ്ടുവരണം. വൃത്തിയും ഭംഗിയുമുള്ള ഗ്ലാസുകളോ പ്ലേറ്റുകളോ ഇല്ല.

ചോർന്നൊലിക്കുന്ന മേൽക്കൂര. അവിടവിടെയായി കുമ്മായക്കട്ടകൾ അടർന്നുവീണ് വികൃതമായ ചുവരുകൾ. കാറ്റും വെളിച്ചവും കടക്കാത്ത മുറികൾ....

എല്ലാം ഇടിച്ചുനിരത്തി പുതിയൊരു വീട് കെട്ടിയുണ്ടാക്കുക എന്നത് ഈ ജന്മം നടക്കുമെന്ന് തോന്നുന്നില്ല.

സമ്പാദ്യമെന്നു പറയാൻ ആകെയുള്ളത്, എലിപ്പത്തായംപോലുള്ള ടെലിവിഷൻ. നിന്നുതിരിയാൻ ഇടമില്ലാത്ത മുറിയിൽ ഏറെ സ്ഥലവും അത് അപഹരിച്ചിരിക്കുന്നു. പുരാതനകാലത്ത് ആരോ വാങ്ങി, അഞ്ചാമതോ ആറാമതോ മറിച്ചുവിറ്റ് കൈയിൽ വന്നുപെട്ടതാണ്.

ഏതു ജോലിത്തിരക്കുണ്ടായും സത്യഭാമക്ക് സീരിയലുകൾ ഒഴിവാക്കാനാവില്ല. പണ്ട് വീക്കിലികളിലെ തുടർക്കഥകളായിരുന്നു പ്രിയം. ഇപ്പോൾ ഉണ്ണുന്നതും ഉറങ്ങുന്നതും ടിവിക്ക് മുന്നിലാണ്. തന്റെ പഴഞ്ചൻ തയ്യൽമെഷീൻ സ്ഥാപിച്ചിരിക്കുന്നതുതന്നെ അതിനഭിമുഖമായിട്ടാണ്. ബ്ലൗസിന് ബട്ടൺ തുന്നുമ്പോൾ സൂചി കൈയിൽ തറച്ചാൽ പോലും സീരിയലിന്റെ ലഹരിയിൽ അറിയാറില്ല.

കരളലിയിക്കുന്ന രംഗങ്ങൾ വരുമ്പോൾ സത്യഭാമ കണ്ണുതുടക്കുകയും മൂക്കുചീറ്റുകയും ചെയ്യും. അതു കാണുമ്പോൾ, അടുത്തിരിക്കുന്ന അശ്വതിയുടെ കണ്ണിൽ വെള്ളം ധാരധാരയായി ഒഴുകും.

സീരിയലും സിനിമേം കണ്ട് അയ്ന്റാത്തെ ചെറുപ്പക്കാര്യളെപ്പോലെ ഏതെങ്കിലും അറാംപിറന്ന ചെക്കൻമാരോട് കയ്യും കലാശും കാട്ട്യാ ചന്തിക്കെ തോല് പൊളിക്കും ഞാൻ. പറഞ്ഞിറ്റ്ലാന്നുവേണ്ട.

സത്യഭാമ ഇടയ്ക്കിടെ താക്കീത് നൽകാറുള്ളതാണ്.

അകത്ത് മേശമേൽ തല കുമ്പിട്ടിരിക്കുന്ന അശ്വതിയുടെ കാതിൽ ഒരിക്കൽകൂടി ആ വാക്കുകൾ തുളച്ചു കയറി. ദൈവമേ ഇതെന്തു പരീക്ഷണം!

ഇതുവരെയുള്ള കഥകളെല്ലാം അമ്മയോട് തുറന്നുപറഞ്ഞാലോ. ആകാശം ഇടിഞ്ഞുവീഴുമെങ്കിൽ വീഴട്ടെ!

രണ്ടും കല്പിച്ച് അശ്വതി എഴുന്നേറ്റു.

കിഴക്കേതിലെ കരുണേട്ടന്റെ വീട്ടിൽ നിന്ന് നാലഞ്ചു ഫൈബർ കസാരകൾ തലച്ചുമടായി കൊണ്ടുവരികയായിരുന്നു അമ്മ.

കസാര താഴത്തുവെച്ച് നെറ്റിയിലെ വിയർപ്പ് തുടച്ചശേഷം സത്യഭാമ പറഞ്ഞു.

ഇതൊന്നു ഏലിന് നിരത്തിവെച്ചാട്ടെ, ഞാൻ ബേക്കറീപ്പോയിറ്റ് ഒരു പേക്ക് കായിച്ചിപസും കൊറച്ച് പൂവുള്ള ബിസ്ക്കറ്റും വാങ്ങിച്ച് കൊണ്ടരട്ടെ...!

അമ്മേ...

അശ്വതി വിളിച്ചു.

എന്താടീ നിന്റെ മോത്തൊരു വാട്ടം. ആകപ്പാടെ കരുവാളിച്ച്റ്റ്ണ്ടല്ലോ.

അമ്മേ, എനിക്കു പോണം.

ഏട്ത്തേക്കാ?

ട്യൂട്ടോറിയലില് ഇന്ന് പരീക്ഷ്യാ.

അമ്മയുടെ മുഖഭാവം കണ്ടപ്പോൾ അശ്വതിക്ക് അങ്ങനെ പറയാനാണ് തോന്നിയത്.

നെനക്ക് പിരാന്തായോടീ. അനങ്ങാണ്ടീടെ ഇരുന്നോൾണം. ഒര് പരീക്ഷേം പഠിപ്പും പഠിച്ച് പാസ്വാവാന്ന് പറീന്നത് കോയിക്ക് മൊലവരുമ്പോല്യാ. അതോണ്ട് തൽക്കാലം എന്റെ മോള് ആ മൊഖമൊക്കെ കഴ്കി, ലേശം പൗഡറൊക്കെ ഇട്ട്, ഒരു ചൊട്ട്യോക്കെ തൊട്ട്, ആ കുപ്പായൊക്കെ മാറ്റി ഒന്ന് വൃത്തീല് നിന്നാട്ടെ. അവരിപ്പം ഇങ്ങെത്തും.

അമ്മ അതും പറഞ്ഞ് പടിയിറങ്ങിപ്പോയി. അശ്വതിക്ക് മറുവാക്കൊന്നും പറയാൻ കഴിയുമായിരുന്നില്ല. അവൾ പൊട്ടിക്കരഞ്ഞുകൊണ്ട് മുറിക്കകത്തു കയറി വാതലടച്ച് സാക്ഷയിട്ടു.

ചിപ്സും ബിസ്ക്കറ്റുമായി സത്യഭാമ വീട്ടിലെത്തിയിട്ടേ ഉണ്ടായിരുന്നുള്ളൂ.

കാളിംഗ്ബെൽ ശബ്ദിച്ചു.

പുറത്തുവന്നു നോക്കിയപ്പോൾ കുഞ്ഞാമൻ. പിന്നാലെ നാലഞ്ചു പേർ.

കള്ളിക്കുപ്പായമിട്ടത് ചെക്കൻ. പേര് നാരായണൻ. പണി വർക്ക്ഷാപ്പില്. അധ്വാനിയാണ്. കുടുംബം നോക്കാൻ പ്രാപ്തീണ്ട്. ഇനി ന്ങ്ങ തീരുമാനിക്ക്വ.

കുഞ്ഞാമൻ അകത്തു വിളിച്ച് സത്യഭാമയുടെ ചെവിയിൽ പറഞ്ഞു.

ചായ ഉണ്ടാക്കിവെച്ചശേഷം ഉടുത്തത് നേരെയാക്കി സത്യഭാമ പുറത്തുവന്നു. നാരായണനെ സൂക്ഷിച്ചുനോക്കി.

ഉയരം കുറാവാണെങ്കിലും വെളുത്തിട്ടാണ്.

കഷണ്ടി കയറിയതു കാരണം പ്രായം തോന്നിക്കുന്നുണ്ട്.

മുൻവരിയിലെ പല്ലുകൾ മുന്നോട്ടുന്തിയിരിക്കുന്നുണ്ടെങ്കിലും ചിരിക്കുമ്പോഴേ പുറത്തുകാണൂ. മൂക്കിന്റെ ഇടുക്കിൽ ഒരു മറുകുണ്ട്. മമ്മൂട്ടിക്കുള്ളതിനേക്കാൾ ലേശം വലുതാണെന്നേയുള്ളൂ.

അശ്വതിയുടെ മനസ്സിന് പിടിക്കുമോ ആവോ. ഇപ്പോഴത്തെ പിള്ളേരുടെ മനസ്സിൽ എന്തൊക്ക സങ്കല്പങ്ങളായിരിക്കുമെന്ന് ആർക്കറിയാം.? പിടിച്ചില്ലെങ്കിൽ പിടിപ്പിക്കാനുള്ള വിദ്യകളും സത്യാഭാമയെ ആരും പഠിപ്പിക്കേണ്ട.

മോളേ അശ്വതീ, ആ ചായയിങ്ങെടുക്ക.

സത്യഭാമ സ്നേഹത്തോടെ വിളിച്ചു.

അശ്വതി വിളികേട്ടില്ല. സത്യഭാമക്ക് പരിഭ്രമമായി. ഒന്നുകൂടി ഉറക്കെ വിളിച്ചു. എന്നിട്ടും അനക്കമില്ല.

നാരായണന്റെ കണ്ണുകൾ അകത്തേക്കു പാഞ്ഞു.

നാണം കുണുങ്ങ്യാ. അതാ. പൊറത്ത് വരാനൊരു മടി. ആദ്യായിറ്റാന്താനും. ഞാമ്പോയി കൂട്ടിക്കൊണ്ടുവരാം.

നാരായണൻ ഷർട്ടിന്റെ കോളർ ശരിയാക്കി നീണ്ടുനിവർന്നിരുന്നു. ടൗവൽകൊണ്ട് മുഖം ഇടക്കിടെ തുടച്ചു.

സത്യാഭാമ മുറിയുടെ വാതിൽക്കൽ ചെന്നുമുട്ടി.

എടീ. അവര് നിന്നെ കാണാൻ കാത്തിരിക്ക്വാ. അവിടെ എന്തെടുക്ക്വാ. നീ....

വാതിൽ പതുക്കെ തുറന്നുകൊണ്ട് അശ്വതി പ്രത്യക്ഷപ്പെട്ടു.

മുടി രണ്ടായി മെടഞ്ഞിട്ടിരിക്കുന്നു. മേയ്ക്കപ്പിട്ട മുഖം കണ്ണാടി പോലെ തിളങ്ങുന്നു. വാലിട്ട് കണ്ണെഴുതിയിരിക്കുന്നു. പുരികങ്ങളിൽ കാക്കക്കറുപ്പ്. ലിപ്സ്റ്റിക്കിട്ട ചുണ്ടുകൾ. നെറ്റിയിൽ കൊച്ചുനക്ഷത്രപ്പൊട്ട്. പൗഡറിന്റെയും സെന്റിന്റെയും മണം മുറിയിലാകെ...

അമ്പടി കള്ളീ. കൊള്ളാം. സത്യഭാമ അന്തംവിട്ടു. അവസരത്തനൊത്ത് ഉയർന്നു ചിന്തിക്കാനുള്ള മകളുടെ കഴിവിൽ അവർ അഭിമാനിച്ചു.

അശ്വതി ഒന്നും മിണ്ടാതെ അടുക്കളയിൽപോയി. അമ്മ ഗ്ലാസിലൊഴിച്ചുവെച്ചിരുന്ന ചായയെടുത്ത് അന്നനടയിൽ വന്നു. വെള്ളി പാദസരം താളത്തിൽ കിലുങ്ങി. ഗ്ലാസുകൾ മേശപ്പുറത്ത് വെച്ചശേഷം ദൂരേക്ക് നോക്കി നിന്നു.

നാരായണൻ ഇമപൂട്ടാതെ നോക്കി.

കാർണോൻമാർ മേലാകെ ചുഴിഞ്ഞുനോക്കി.

എന്തെങ്കിലും ചോയ്ക്കാനോ പറയാനോ ഉണ്ടോ നാരാണാ; പെണ്ണ് മിണ്ടുന്ന്യാണോന്നെങ്കിലും അറിയണ്ടേ?

കുലുങ്ങിച്ചിരിച്ചുകൊണ്ട് കുഞ്ഞാമൻ ചോദിച്ചു.

നാരായണന് ഒന്നും ചോദിക്കാനില്ല. ഊമയായാലും കൊള്ളാം. ബധിരയായാലും കൊള്ളാം താൻ പെണ്ണുകെട്ടുന്നുണ്ടെങ്കിൽ ഇവളെ മാത്രമായിരിക്കുമെന്ന് നാരായണൻ മനസ്സിൽ തീരുമാനമെടുത്തു കഴിഞ്ഞിരുന്നു.

തീയതിയും മുഹൂർത്തവും നിശ്ചയിച്ചു.

സത്യഭാമക്ക് ശ്വാസം നേരെ വീണു. തന്റെ തലയിലെ ഭാരം ഇറക്കി വെച്ചിരിക്കുന്നു. പൊന്നിന്റെയും പണത്തിന്റെയും കണക്കു ചോദിക്കാത്ത ഒരുവനോടൊപ്പം തന്റെ മകളെ പറഞ്ഞയക്കാൻ കഴിയുക ഭാഗ്യം തന്നെയാണ് വീട് പണയം വെച്ചായാലും തരക്കേടില്ല. ആവുന്നത്രം സ്വർണം മകൾക്ക് കൊടുക്കണം. അല്ലെങ്കിൽ നാലാളുടെ മുമ്പിൽ നാണക്കേടാണ്.

എല്ലാവരും പോയിക്കഴിഞ്ഞപ്പോൾ സത്യഭാമ മകളുടെ മുറിയിൽ പോയി. കല്യാണത്തിന്റെ ഒരുക്കങ്ങളെക്കുറിച്ച് ചർച്ച ചെയ്യാൻ മകളല്ലാതെ മറ്റു സന്തുബന്ധുക്കളില്ല.

അശ്വതി എന്തോ എഴുതുകയായിരുന്നു. അമ്മയെ കണ്ടയുടനെ എഴുത്ത് ചുരുട്ടിപ്പിടിച്ചു.

എന്താടീ അത്?

അശ്വതി ചുരുട്ടിയ കടലാസ് പിറകിൽ ഒളിപ്പിച്ചു.

ഒന്നൂല്ല. ഒരു കള്ളാസാ.

വെറും കള്ളാസാങ്കില് എന്തിനാ എന്നെ കണ്ടപ്പം ഒളിപ്പിച്ചുവെക്ക്ന്ന്? എനിക്ക് വായ്ക്കാൻ പറ്റാത്ത രഹസ്യം എന്താന്ന് അറിയണല്ലോ.

സത്യഭാമ കടലാസ് തട്ടിപ്പറിച്ചു. ചുരുൾ നിവർത്തി. അശ്വതി വിളറി വെളുത്തു. തല ചുറ്റുന്നതുപോലെ തോന്നി. ഇരുകൈകളും കൊണ്ട് കസാര മുറുകെ പിടിച്ചു.

പ്രിയപ്പെട്ട സുധേട്ടന്,

സുധേട്ടനും അജിത്തേട്ടനും പാരഡൈസ് ഹോട്ടലിൽ എന്നെ കാത്തിര്ന്ന് വെഷമിച്ചിറ്റ്ണ്ടാവും. സോറീണ്ട്. നമ്മളെപ്പോലെത്താൾടെ വിധി വേറ്യാന്ന്. എന്റെ സൊപ്പ്നങ്ങളെല്ലാം കരിഞ്ഞുപോയിരിക്കുന്നു. നിർഭാഗ്യവതിയാണ് ഞാൻ സുധേട്ടാ. എന്നെ പൊന്നുപോലെ നോക്കുമെന്ന് സുധേട്ടൻ പറഞ്ഞിറ്റും സിനിമാലോകത്തേക്ക് കൈ പിടിച്ച് കേറ്റുമെന്ന് വാക്കുതന്നിട്ടും ഞാനെന്തിനാ എല്ലാം പുല്ലുപോ

ലെ വലിച്ചെറിഞ്ഞെ? ഒന്നും എന്ക്കറിഞ്ഞുകൂടാ അമ്മ എനിക്ക് ഒരു കല്യാണം ഉറപ്പിച്ചിരിക്കുന്നു. ചെറുക്കന്റെ മോത്തേക്ക് ഞാൻ നോക്കീറ്റ്ല. അയാൾടെ സൊബാവം എങ്ങന്യാന്ന് അന്വേഷിച്ചിറ്റ്ല. ഞാനെന്താ ചെയ്യുന്നേന്ന് എനിക്കെന്നെ അറിഞ്ഞൂടാ സുധേട്ടൻ എന്നെ മറക്കണം. സുധേട്ടനോടൊപ്പം സുഖമായി കഴിയാനും സിനിമേല് അഭിനയിക്കാനും എന്റെ തലേലെഴുതീറ്റ്ലെന്ന് കരുതി സമാധാനിച്ചോളാം. ഒരു നവ്യാനായരോ, കാവ്യാമാധവനോ ആയി ഒരു രാത്ര്യെങ്കിലും സൊപ്നം കാണിച്ചുതന്നതിന് നന്ദീണ്ട്. നമ്മളെപോലെത്തെ പാവങ്ങൾക്ക് ...

പാതിയിൽ മുറിഞ്ഞുപോയ എഴുത്ത് സത്യഭാമയുടെ കൈയിൽ നിന്ന് വിറച്ചു. മുഖം തീക്കട്ടപോലെ ചുവന്നു.

ആരാടീ ഈ സുധേ...ട്ടൻ?

കല്ലെറിയുമ്പോലുള്ള, അമ്മയുടെ ചോദ്യം.

അശ്വതി തല കുനിച്ചുനിന്നു.

പറയെടീ.

താടിക്ക് ഒരു തട്ടുകൊടുത്തുകൊണ്ട് അമ്മ ആക്രോശിച്ചു.

ബാഹുലേയൻ മൊതലാളീന്റെ മോൻ.

അജിത്തേട്ടനോ..?

സുധേട്ടന്റെ ഫ്രണ്ട്. സീരിയല് പിടിക്കുന്ന ആളാ.

സത്യഭാമ മെരുകിനെപ്പോലെ മുറിയിൽ അങ്ങോട്ടുമിങ്ങോട്ടും പാഞ്ഞു. ഇമ്മാതിരി ഏർപ്പാടുണ്ടെന്ന കാര്യം എന്തോണ്ടാണെടീ നേരത്തേ പറയാഞ്ഞെ അസത്തെ, ഇന്ന് രാവില്യെങ്കിലും പറഞ്ഞൂടാര്ന്നോ. ഇത്ര വല്യ കൊമ്പത്ത് കേറിപ്പറ്റാൻ കയ്ഞ്ഞാ അയ്ലപ്രം ഭാഗ്യം വേറന്ത് കിട്ടാനാ. സിനിമേലും സീരിയലിലും അഭിനയിക്കാൻ പറ്റ്യാ അതൊരു ചെറ്യ കാര്യാ? ഇന്നാൾത്തീല് ആ ചന്ദ്രൻ കോൺട്രാക്ടറ്ടെ മോള് പൂർണിമേനെ ടീവീല് കണ്ടപ്പം ഞാൻ കൊതിച്ചു പോയി. എനിക്കുണ്ടല്ലപ്പാ ഒര് സാധനം എന്ന് വിചാരിച്ചു. നിന്റൊപ്പരം ഡാൻസ് പഠിച്ചതല്ലേ അവള്? പണോം സ്വാധീനോം ഇല്ലാഞ്ഞിറ്റാ നമ്മളീ ഗതിയിലായിപ്പോയേ. അത് ആരെങ്കിലും ഇങ്ങോട്ട് കൊണ്ട്ത്തെരുമ്പം പൊറങ്കാല്കൊണ്ട് തട്ടിക്കളയ്വാ വേണ്ടേ മരപ്പോത്തേ, ഇനി എന്താ ചെയ്യാ. നാരോന്ത്പോലത്തെ നാരയണന്റൊപ്പരം നരകിച്ച് ജീവിക്കാന്ന് പറഞ്ഞാ....

സത്യഭാമ കൈ മാറത്തടിച്ചുകൊണ്ട് കരഞ്ഞു. കൈയിലുണ്ടായിരുന്ന എഴുത്ത് തുണ്ടുതുണ്ടായി കീറിക്കളഞ്ഞു. ഭ്രാന്തിളകിയപോലെ പിച്ചുംപേയും പറഞ്ഞ് മുറിക്കകത്ത് പരക്കം പാഞ്ഞു.

അശ്വതി തരിച്ചുനിൽപായിരുന്നു. മേലാസകലം വിയർത്തു കുളിച്ചു ജനലഴികൾക്കിടയിൽ തിരുകിവെച്ചിരുന്ന പഴയ ഒരു വീക്കിലിയെടുത്ത് പതുക്കെ വീശാൻ തുടങ്ങി. പൊടുന്നനെ കാളിംഗ് ബെൽ ശബ്ദിച്ചു.

-തുടരും-

●

പ്രതീക്ഷാഭവൻ

(രംഗം ഒന്നിൽ കണ്ട അതേ വീട്. മുറ്റത്തെ തറയിലുണ്ടായിരുന്ന തുളസിച്ചെടിയുടെ വളർച്ചയാണ് ആറ് മാസം പിന്നിട്ടിരിക്കുന്ന കാര്യം പ്രേക്ഷകരെ ഓർമ്മിപ്പിക്കുന്നത്. കർട്ടനുയരുമ്പോൾ വീടിന്റെ ഉമ്മറത്തെ ഇരുത്തിയിൽ തല കുമ്പിട്ടിരുന്ന് ഉറങ്ങുകയാണ് രാജേന്ദ്രൻ. ഉറക്കത്തിലെ ദൈന്യം പ്രകടമാക്കാൻ നേർത്ത വയലിൻ സംഗീതം അരിച്ചരിച്ച് ഉപയോഗിക്കാം. സംഗീതത്തിന്റെ അവസാനം രാജേന്ദ്രൻ പതുക്കെ തലയുയർത്തുന്നു, താടിരോമങ്ങൾ വളർത്തിയിട്ടുണ്ട്. തലേന്ന് മൂക്കറ്റം മദ്യപിച്ചതിന്റെ ഹാങ്ങോവർ മാറിയിട്ടില്ലാത്ത മുഖം. കണ്ണുതുറന്ന് വീടും പരിസരവും വീക്ഷിച്ച് വീണ്ടും പഴയമട്ടിൽ ഉറക്കത്തിലേക്ക്.

അൽപസമയം കഴിഞ്ഞപ്പോൾ കൈയിൽ ഇൻലൻഡും പേനയുമായി കാഞ്ചന അകത്തെ മുറിയിൽനിന്ന് പ്രവേശിക്കുന്നു. കൺതടങ്ങളിലെ കറുപ്പ് വർധിച്ചിരിക്കുന്നു. അലസമായ വേഷവിധാനം. ഭർത്താവിന്റെ അനവസരത്തിലുള്ള മയക്കം ദേഷ്യത്തോടെ നോക്കി, ഒരു സ്റ്റൂൾ വലിച്ചിട്ടിരുന്ന്, പേന തുറന്ന്, ഇൻലൻഡിൽ എഴുതാൻ തുടങ്ങുന്നു. സ്റ്റൂൾ നിരക്കുന്നതിലും ഇരിക്കുന്നതിലും പേനയുടെ മൂടി തിരിച്ചു തുറക്കുന്നതിലും എഴുതുന്നതിലും തന്റെ അമർഷം മുഴുവൻ പ്രകടമാണ്.

കത്തെഴുത്ത് പുരോഗമിക്കവെ രാജേന്ദ്രൻ വീണ്ടും കണ്ണുതുറക്കുന്നു. ഭാര്യയെ നിർവികാരനായി നോക്കിക്കൊണ്ടിരിക്കുന്നു. പതുക്കെ എഴുന്നേറ്റ് പിറകിലൂടെ വന്ന് മറഞ്ഞുനിന്ന് എഴുത്തിലൂടെ കണ്ണോടിക്കുന്നു. പശ്ചാത്തലത്തിൽ കാഞ്ചനയുടെ ശബ്ദം.

പ്രിയപ്പെട്ട പ്രതീക്ഷാഭവൻ ഭാരവാഹികൾക്ക്. കുടി നിർത്തിയവരുടെ കുടുംബസംഗമത്തിൽ ഇത്തവണയും പങ്കെടുക്കാൻ കഴിയാതെ വന്നിരിക്കുന്നു. പഠിച്ച പണി പതിനെട്ടും പയറ്റിയിട്ടും എന്റെ രാജേട്ടന്റെ മനം മാറ്റാൻ എനിക്ക് കഴിയുന്നില്ല, ഭർത്താക്കന്മാരെ നേർവഴിക്കു നടത്താനും ദൈവത്തിന് കീഴ്പ്പെട്ടുള്ള ജീവിതം പഠിപ്പിക്കാനും ഭാര്യമാർക്ക് കഴിയണമെന്ന് വാചാലയാവാറുള്ള സിസിലി സിസ്റ്ററുടെ ചോദ്യങ്ങൾക്ക് മുന്നിൽ ഞാൻ നിസ്സഹായയാണ്. എന്നെപ്പോലുള്ളവർക്ക്....

കത്ത് വായിക്കുന്നതിന്റെ ശബ്ദം നേർത്തുനേർത്തു വരുന്നു. ദുഃഖസാന്ദ്രമായ സംഗീതമായി അത് പരിണമിക്കുന്നു. രാജേന്ദ്രൻ ആടിയാടി വന്ന് പഴയപടി ഇരുത്തിയിൽ ഇരുന്ന് ഉറക്കത്തിലേക്ക് വഴുതിയിറങ്ങുന്നു. രംഗം ഇരുളുന്നു.

വെളിച്ചം പരക്കുമ്പോൾ നാലോ അഞ്ചോ ദിവസങ്ങൾക്ക് ശേഷമുള്ള പ്രഭാതം. കാഞ്ചന ഒരു കിണ്ടി വെള്ളവുമായി പ്രവേശിക്കുന്നു. മുറ്റത്തിറങ്ങി ഭക്ത്യാദരപൂർവം വെള്ളം തുളസിത്തറയിലൊഴിക്കുന്നു. കിണ്ടിയുമായി പടികയറുമ്പോൾ രാജേന്ദ്രൻ ഷർട്ടിന്റെ ബട്ടണിട്ടുകൊണ്ട് പുറത്തുവരുന്നു. കാഞ്ചനയുടെ കയ്യിലെ കിണ്ടിയിലേക്ക് കണ്ണുതുറക്കുന്നു. പിന്നെ അത് കൈക്കലാക്കാനുള്ള ശ്രമം. ഒരു മൽപ്പിടിത്തത്തിനുശേഷം കിണ്ടി രാജേന്ദ്രന്റെ കയ്യിൽ വന്നുപെടുന്നു, പിടിച്ചുവാങ്ങാനായി കാഞ്ചന കൈ നീട്ടിയപ്പോൾ രാജേന്ദ്രൻ തള്ളിയിടുന്നു. മലർന്നടിച്ചുവീണ കാഞ്ചനയെ നോക്കുകപോലും ചെയ്യാതെ രാജേന്ദ്രൻ കിണ്ടിയുമായി വിജയഭാവത്തോടെ സ്ഥലം വിടുന്നു.

വീഴ്ചയിലുള്ള വേദന കാരണം കാഞ്ചന ഞരങ്ങുന്നു. ഏങ്ങിക്കരയുന്നു. അവസാനത്തെ വീട്ടുപകരണവും പടിയിറങ്ങിപ്പോയതിന്റെ ദൈന്യവും മുഖത്തുണ്ട്.

കരച്ചിലിന്റെ ഒടുക്കം സിസിലിസിസ്റ്റർ പ്രവേശിക്കുന്നു. അമ്പതിനോടടുത്ത പ്രായം. ഒരു കൈയിൽ തടിച്ച പുസ്തകവും മറുകൈയിൽ കൊന്തമാലയും നിലത്ത് തല കുമ്പിട്ട് കരയുന്ന കാഞ്ചനയും പുറം പതുക്കെ തലോടുന്നു. ആ സ്നേഹസ്പർശത്തിൽ ആശ്ചര്യപ്പെട്ട് കാഞ്ചന തിരിഞ്ഞുനോക്കിന്നു)

സിസിലി സിസ്റ്റർ : സമാധാനിക്കൂ, സമാധാനിക്കൂ,

കാഞ്ചന: (കരച്ചിൽ ഉച്ചത്തിലാവുന്നു) ഈ ജന്മത്തിൽ എനിക്ക് സമാധാനം ലഭിക്കില്ല സിസ്റ്റർ.

സി.സി : സമാധാനിക്കൂ, സമാധാനിക്കൂ.

കാഞ്ചന : (പതുക്കെ എഴുന്നേറ്റുകൊണ്ട്) ഭർത്താവിനെ നേർവഴിക്ക്

നടത്താൻ കഴിവില്ലാത്ത വിവരദോഷിയാണ് ഞാൻ. എന്നെപ്പോലുള്ള ഒരു നിർഭാഗ്യവതിയും ഭൂമുഖത്ത് ജനിക്കരുത്.

സിസി. : സമാധാനിക്കൂ, സമാധാനിക്കൂ.

കാഞ്ചന : (മൂക്ക് പിഴിഞ്ഞുകൊണ്ട്) നേർച്ചയും വഴിപാടും എത്ര നടത്തി! ഒന്നും ഫലം കണ്ടില്ല. അയ്യപ്പാഫാർമസിയിൽ നിന്ന് തപാലിൽ വരുത്തിച്ച മരുന്ന് മാസങ്ങളോളം ഭക്ഷണത്തിലൊളിപ്പിച്ചു കൊടുത്തു. പണം പോയതു മിച്ചം. പ്രതീക്ഷഭവനിൽ നിന്നും കിട്ടിയ പ്രസംഗങ്ങളും പ്രഭാഷണങ്ങളുമെല്ലാം തുരുമ്പു തൂറ്റിയതിന് സമം. എന്റെ പ്രതീക്ഷകളെല്ലാം അസ്തമിച്ചു സിസ്റ്റർ.

സി.സി : സമാധാനിക്കൂ. സമാധാനിക്കൂ.

കാഞ്ചന : എനിക്കെന്റെ പഴയ രാജേട്ടനെ തിരിച്ചുകിട്ടുമോ? (വേദിയുടെ മുന്നിലേക്ക് നടന്നുവന്ന്) കോട്ടൺമിൽ നിറജീവനോടുണ്ടായിരുന്ന കാലത്ത് രാജേട്ടൻ രാജാവായിരുന്നു. ഞാൻ രാജ്ഞിയും. ഈ കൊച്ചുവീട് ഒരു കൊട്ടാരമായിരുന്നു. (ഓർമകളുടെ വെളിച്ചം മുഖത്ത് പരക്കുന്നു) എന്നേക്കാൾ സൗഭാഗ്യവതി ഈ ലോകത്തില്ലെന്ന് ഞാൻ അഹങ്കരിച്ചു. ലോകാവസാനം വരെ കോട്ടൺമിൽ നിലനിൽക്കുമെന്നും സന്തോഷത്തിനും സമാധാനത്തിനും ജീവിതകാലം ഒരു കുറവും ഉണ്ടാകില്ലെന്നും ഞാൻ പ്രതീക്ഷിച്ചു. ഒരു നശിച്ച ദിവസത്തിൽ കോട്ടൺമിൽ എന്നന്നേക്കുമായി അടച്ചിട്ടു. കാരണമെന്തായിരുന്നുവെന്ന് ആർക്കുമറിയില്ല. ദൗർഭാഗ്യത്തിന്റെ ദിനങ്ങളായിരുന്നു പിന്നെ. രാജേട്ടൻ വീട്ടിൽ തന്നെ ഇരിപ്പായി. പുറത്തിറങ്ങിയാൽ തിരിച്ചു വരുന്നത് നാലുകാലിൽ. വീട്ടുപകരണങ്ങൾ ഒന്നൊന്നായി പടിയിറങ്ങിപ്പോയി. അസ്വാസ്ഥ്യങ്ങൾ കൂട്ടത്തോടെ പടികയറിവന്നു. കുടി മൂത്ത് ഭ്രാന്തായിരിക്കുന്നു ഇന്ന്. വെളിവ് പൂർണമായും നഷ്ടപ്പെട്ടു. തല്ലും ശകാരവും ഏറ്റ് ഞാൻ ചത്തുജീവിക്കയാണ്.

സി.സി : സമാധാനിക്കൂ. സമാധാനിക്കൂ.

കാഞ്ചന : (നീരസത്തോടെ) സമാധാനം! എന്റെ പ്രാർഥന കേൾക്കാനോ ഇത്തിരിയെങ്കിലും സമാധാനം തരാനോ ഒറ്റ ഈശ്വരൻപേലുമില്ല.

സി.സി : സമാധാനിക്കൂ. സമാധാനിക്കൂ.(അൽപം കഴിഞ്ഞ് മുഖത്ത് ദിവ്യമായ ഭാവമാറ്റം വരുത്തി) ഒരു വഴി അടയുമ്പോൾ വേറൊരു വഴി തുറന്നുവരും. അത് ദൈവനിശ്ചയമാണ്. നാളുകളായി ആഗ്രഹിച്ചു പ്രാർഥിക്കുന്ന ഏതു വിഷയമായാലും അത് ഭൂതങ്ങളുടെ ഒരു രാത്രിയിൽ നിങ്ങൾ അനുഗ്രഹിക്കപ്പെടും. തീർച്ച.

കാഞ്ചന : പ്രാർഥിക്കാത്ത നേരമില്ല സിസ്റ്റർ.

സി.സി : നല്ലത്, നല്ലത്, കേവലം ഒരാളുടെ പ്രാർഥന ദൈവം

കേട്ടെന്നുവരില്ല. നിങ്ങളോടൊപ്പം ഞങ്ങളും പ്രാർത്ഥനയിൽ പങ്കുചേരാം. ഏതെങ്കിലും ഒരാവശ്യത്തിന് വേണ്ടി ഒരുമിച്ചിരുന്ന് മനസ്സുരുകി പ്രാർത്ഥിച്ചാൽ തമ്പുരാൻ കേൾക്കാതിരിക്കില്ല.

കാഞ്ചന : (മനസ്സിലാവാതെ) അതിനു നമ്മുടെ പ്രാർത്ഥന വേറെ രീതിയിലാണല്ലോ സിസ്റ്റർ.

സി.സി: (മുഖത്ത് സംതൃപ്തമായ ചിരി വരുത്തി, അധികാരഭാവത്തോടെ സ്റ്റൂൾ വലിച്ചിട്ട് അതിന്മേൽ ഇരിക്കുന്നു) പ്രാർഥനയ്ക്ക് ഒരു ഭാഷയേ ഉള്ളൂ. ആര്, ആർക്കുവേണ്ടി പ്രാർഥിച്ചാലും ദൈവത്തിലേക്കുള്ള വഴിയാണ് തുറക്കപ്പെടുന്നത്. ദൈവം നമ്മുടെ വിളിപ്പുറത്തുതന്നെയുണ്ട്.(സിസ്റ്റർ ആത്മവിശ്വാസത്തോടെ, തന്റെ കൈയിലുള്ള പുസ്തകം തുറന്ന് അതിലുണ്ടായിരുന്ന, ഇൻലൻഡ്, കാർഡ്, കവർ എന്നിവയിലുള്ള ഒരു കെട്ട് കത്തുകൾ കാഞ്ചനയ്ക്കുനേരെ നീട്ടുന്നു. ആശ്ചര്യത്തോടെ കാഞ്ചന അതു വാങ്ങുന്നു.)

സി.സി : ഒന്നൊന്നായി തുറന്നു വായിച്ചോളൂ. (കാഞ്ചന ഓരോ കത്തും തുറക്കുന്നു, വായിക്കുന്നു, ഓരോന്നും അത് എഴുതിയവരുടെ ശബ്ദത്തിലാണ് വായിക്കേണ്ടത്. മുമ്പേ റെക്കാഡ് ചെയ്ത് ഉപയോഗിക്കാം.)

ആദ്യത്തെ കത്ത് ഒരു വൃദ്ധന്റേത്.

ഞങ്ങൾ പുരയിടത്തിലേക്ക് ഒരു വഴി ലഭിക്കുന്നതിന് പ്രാർത്ഥന സഹായം അപേക്ഷിച്ചിരുന്നു. പതിനേഴ് വർഷമായി വഴിയില്ലാതിരുന്ന സ്ഥലത്തേക്ക് ഇക്കഴിഞ്ഞ മാർച്ചിൽ പഞ്ചായത്ത് വക റോഡ് ലഭിച്ചു. ഇതിലേക്ക് ഇടവരുത്തിയ തീക്ഷ്ണമായ പ്രാർഥനാടീമിനോട് ഹൃദയപൂർവ്വം നന്ദിപറയുന്നു.

സ്നേഹാദരങ്ങളോടെ
കരുണാകരൻനായർ, കാഞ്ഞിരമ്പാറ.

യുവതിയുടെ ശബ്ദത്തിൽ രണ്ടാമത്തെ കത്ത്.

വിവാഹം കഴിഞ്ഞ് പന്ത്രണ്ട് വർഷമായിട്ടും കുട്ടികളില്ലാതിരുന്ന ഞങ്ങൾ പ്രാർത്ഥനസഹായം അഭ്യർഥിച്ചിരിക്കുന്നു. അത്ഭുതമെന്നു പറയട്ടെ ഞാനിപ്പോൾ ഗർഭിണിയായിരിക്കുന്നു. പ്രതീക്ഷാഭവന് നന്ദി.
ശൈലജ ശങ്കർ, ശിവപുരം

അടുത്തകത്ത് യുവാവിന്റെ ശബ്ദത്തിൽ.

ബാങ്ക് ജീവനക്കാരനായ എനിക്ക് അഞ്ചു വർഷം മുമ്പ് കിട്ടേണ്ടിയിരുന്ന പ്രമോഷൻ തടഞ്ഞുവെച്ചപ്പോൾ പ്രാർത്ഥനസഹായം ആവശ്യപ്പെട്ടു. ഇപ്പോൾ ത്രിബിൾ പ്രമോഷൻ നൽകി തമ്പുരാൻ എന്നെ അനുഗ്രഹിച്ചിരിക്കുന്നു. പ്രതീക്ഷഭവൻ ഭാരവാഹികൾക്ക് എന്റെയും

ഉമ്മ, ബാപ്പ എന്നിവരുടെയും നന്ദി.

പി വി പി അബ്ദുൾജബ്ബാർ,
ഫാത്തിമാ മൻസിൽ, കൊവ്വപ്പുറം.

മധ്യവയസ്കന്റെ ശബ്ദത്തിൽ നാലാമത്തെ കത്ത്.

അമ്പലത്തിലെ ശാന്തിക്കാരനായ ഞാൻ ബാങ്കിന്റെ ജപ്തി നോട്ടീസിന്റെ കോപ്പിയടക്കം, എന്റെ കടബാധ്യതയുടെ വിവരങ്ങൾ പറഞ്ഞ് ജാഗരണ പ്രാർത്ഥനയിലേക്ക് അപേക്ഷ നൽകിയിരിക്കുന്നു.. പ്രാർത്ഥന കഴിഞ്ഞയുടനെതന്നെ സ്ഥലം വിൽക്കാൻ സർവശക്തൻ അനുഗ്രഹിച്ചു. പതിനെട്ട് വർഷമായി വിൽക്കപ്പെടാതെ കിടക്കുന്ന തരിശുനിലമായിരുന്നു അത്. നല്ല വില കിട്ടി. കടം മുഴുവനായി തീർത്ത് ഒരു സ്ഥലവും വീടും വാങ്ങാൻ സാധിച്ചു. എനിക്കുവേണ്ടി പ്രാർഥിച്ച സുമനസ്സുകൾക്ക് ആയിരം നന്ദി. പ്രതീക്ഷാഭവന് സർവവിധ മംഗളങ്ങളും.

തെക്കില്ലത്ത് വാസുദേവൻ നമ്പൂതിരി, കീഴറ.

ഓരോ കത്തും നിർത്തി വായിക്കുന്നത് ഓരോ സ്ഥലത്തുനിന്നുകൊണ്ടായിരിക്കണം അവസാനത്തെ കത്തും വായിച്ചുതീരുമ്പോൾ കാഞ്ചനയുടെ തലയ്ക്ക് മുകളിൽനിന്ന് വെള്ളിവെളിച്ചം വർഷിക്കണം. മുഖത്തത് സന്തോഷം. അലയടിച്ചുവരുന്ന സന്തോഷം സംഗീതത്തിന്റെ വിവിധ ഭാവങ്ങളിൽ പ്രേക്ഷകരിലേക്ക് പകരാവുന്നതാണ്. സിസിലി സിസ്റ്റർ കാഞ്ചനയെ ചേർത്തുപിടിക്കുന്നു. രംഗം ഇരുളുന്നു.

രംഗം തെളിയുന്നു. റോഡരിക്. സിസിലി സിസ്റ്ററോടൊപ്പം പ്രതീക്ഷഭവനിൽ അപേക്ഷ നൽകാൻ നടന്നുപോകുന്ന കാഞ്ചന. അകലെനിന്ന് ഒരു കാർ അടുത്തുവരുന്നതിന്റെ ശബ്ദം. പൊടുന്നനെ കാർ ബ്രേക്കിടുന്നു. ഡോർ തുറക്കുന്നതിന്റെയും അടക്കുന്നതിന്റെയും ശബ്ദം. കോട്ടും സ്യൂട്ടുമിട്ട മനുഷ്യൻ പ്രവേശിക്കുന്നു. കൈയിൽ സ്യൂട്ട്കേയ്സ്.

മനുഷ്യൻ : (ചിരിച്ചുകൊണ്ട്) ഒരുപാട് ജോലിത്തിരക്ക് കാരണമാണ് സിസ്റ്റർ അങ്ങോട്ടേക്ക് വരാൻ കഴിയാത്തത്. വഴിയിൽവെച്ച് സിസ്റ്ററെ കണ്ടതു നന്നായി.

സി.സി.: എല്ലാം ദൈവനിശ്ചയം.

മനുഷ്യൻ : പ്രാർഥിക്കുന്ന മനസ്സ് ഓരോരുത്തരിലും വളർത്തിയെടുക്കണം, അസ്വസ്ഥമായ ഈ കാലത്ത് മനഃശാന്തിക്ക് അതേയുള്ളൂ പോംവഴി, ആട്ടെ, എല്ലാം നന്നായി മുന്നോട്ടുപോകുന്നുണ്ടെന്ന് പ്രതീക്ഷിക്കട്ടെ.

സി.സി : (എളിമയോടെ) അങ്ങയെപ്പോലുള്ളവരുടെ നന്മകൊണ്ട് ഒരുവിധം നന്നായി നടക്കുന്നു.

മനുഷ്യൻ : ദൈവത്തിന്റെ നന്മ എന്നു തിരുത്തൂ. (സ്യൂട്ട്കെയ്സ് തുറന്ന് ഒകു കെട്ട് പണമെടുത്ത് സിസ്റ്ററുടെ നേരെ നീട്ടുന്നു) ഇതിരിക്കട്ടെ ചെറിയ സംഭാവന.

സി.സി. (പണം വാങ്ങിക്കൊണ്ട്) ദൈവം അങ്ങയുടെ കുടെയിരിക്കും.

(മനുഷ്യൻ പോകുന്നു. കാറിന്റെ ഡോർ അടയുന്നതിന്റെയും സ്റ്റാർട്ടാക്കി പുറപ്പെടുന്നതിന്റെയും ശബ്ദം. കാർ അകന്നകന്ന് പോവുന്നത് കാഞ്ചനയും സിസ്റ്ററും നോക്കിനിൽക്കുന്നു)

കാഞ്ചന : നല്ല മനുഷ്യരും ഈ ഭൂമുഖത്തുണ്ട് അല്ലേ സിസ്റ്റർ?

സി.സി : തീർച്ചയായും. ഇത്തരക്കാർക്ക് ഈശ്വരനെ സ്പർശിക്കാൻ സാധിക്കുന്നു. അനവധി അഗതികളെ പ്രാർഥനവഴി സഹായിക്കാൻ നമുക്ക് ശക്തി നൽകുന്നത് ഈശ്വരേച്ഛയോടൊപ്പം ഇങ്ങനെയുള്ള വിശാലമനസ്കരുടെ അകമഴിഞ്ഞ പ്രോത്സാഹനംകൂടിയാണ്. ഇവരാണ് പ്രതീക്ഷാഭവന്റെ ഊർജ്ജം. പ്രതിഫലം ആഗ്രഹിക്കാതെ സഹായം നീട്ടുമ്പോഴാണ് ദൈവത്തിന്റെ ആളുകളായി നാം മാറുന്നത്. പ്രചാരണമോ, മറ്റെന്തെങ്കിലും ഗൂഢോദ്ദേശ്യമോ ഇതിന് പിറകിലില്ല.

കാഞ്ചന : ആ വലിയ മനുഷ്യൻ ആരാണ് സിസ്റ്റർ?

സി.സി.: ഒരു ചെറിയ വ്യവസായി. ഭാരിച്ച നഷ്ടം വന്ന് അദ്ദേഹത്തിന്റെ ഉടമസ്ഥതയിലുള്ള കോട്ടൺമിൽ അടച്ചുപൂട്ടേണ്ടിവന്നിട്ടും സംഭാവന നൽകുന്ന കാര്യത്തിൽ ഒരു സങ്കോചവും കാണിക്കാത്ത മനുഷ്യൻ. ദൈവത്തേക്കാൾ വലിയ മനുഷ്യൻ.

(രംഗം ഇരുളുന്നു. കർട്ടൻ താഴുന്നു.)

-ഇടവേള-

കരിമീൻ

പതിനെട്ടാം വാർഡിൽ, പൂട്ടിപ്പോയ നെയ്ത്തുകമ്പനിക്ക് പടിഞ്ഞാറുള്ള പാടശേഖരത്തിൽ, കുളം കുഴിച്ച് മത്സ്യകൃഷി നടത്താൻ ധനസഹായം അനുവദിക്കണമെന്ന് സൗപർണികാ കുടുംബശ്രീ അയൽക്കുട്ടം സെക്രട്ടറി തങ്കമണിയേച്ചി മൊബൈലിൽ ആവശ്യപ്പെടുമ്പോൾ കുന്നുംപുറം ജനകീയ കലാസമിതിയിൽ നാടകചർച്ചയിലായിരുന്നു സ്റ്റാൻഡിങ് കമ്മിറ്റി മെമ്പർ കൊയ്യാൽ സുരേന്ദ്രൻ. നീണ്ട ഇടവേളയ്ക്കു ശേഷം നടക്കുന്ന കലാസമിതി വാർഷികത്തിന് അവതരിപ്പിക്കാനുള്ള നാടകത്തിന്റെ സ്ക്രിപ്റ്റ് പരിശോധന നടക്കുകയാണ്. സുപ്രധാന മീറ്റിംങ്ങിൽ പങ്കെടുത്തുകൊണ്ടിരിക്കുകയാണെന്നും, അല്പം കഴിഞ്ഞ് അങ്ങോട്ടു വിളിക്കാമെന്നും പറഞ്ഞ് സുരേന്ദ്രൻ ഫോൺ കട്ട് ചെയ്തു.

ഈ തങ്കമണിയേച്ചിക്ക് നൊസ്സ് അൽപം കൂടുതലാണ്. ഇലക്ഷനുമുൻപ് കുടുംബശ്രീയെക്കൊണ്ട് ചുടുചോറ് വാരിപ്പിച്ചത് കണ്ടപ്പോൾ സ്ഥാനാർഥിക്കസേരയിൽ കണ്ണുവെച്ചാണെന്നാണ് കരുതിയത്. അരിയുണ്ട നിർമാണം, പഞ്ചായത്ത് കിണറിനടുത്ത് പടവലങ്ങകൃഷി, ഓണത്തിന് വിലക്കിഴിവിൽ പച്ചക്കറിക്കിറ്റ് വിതരണം, ബാലസഭാ കുട്ടികൾക്ക് ആഴ്ചതോറും പാൽപ്പായസം, പഞ്ചായത്താസ്പത്രിയിലെ മൂത്രപ്പുര ശുചീകരണം, പഞ്ചായത്താഫീസിനുമുന്നിൽ പൂന്തോട്ട നിർമാണം, കുടുംബശ്രീക്കാർക്ക് ഓരോ മീറ്റിങ്ങിലും കണ്ണുകെട്ടിക്കളിയും കസാരക്കളിയും....

വാർഡ് ജനറലായതിൽപ്പിന്നെ തത്കാലത്തേക്കെങ്കിലും ആവേശം കെട്ടടങ്ങേണ്ടതായിരുന്നു. എന്നാൽ തങ്കമണിയേച്ചി അധികാരമില്ലാതെ ത്തന്നെ നാടിനെ മൊത്തമായി വികസിപ്പിച്ചുകളയാൻ ഒരുങ്ങിപ്പുറ പ്പെട്ടിരിക്കുകയാണ്. മുൻപെങ്ങും കണ്ടിട്ടും കേട്ടിട്ടുമില്ലാത്ത ഓരോരോ ഏടാകൂടങ്ങൾ എഴുന്നള്ളിക്കുകയാണ്.

തന്നെ വാർഡ്മെമ്പറാക്കുന്നതിൽ കാര്യമായി ഇടപെട്ട ആളെന്ന നിലയിൽ തങ്കമണിയേച്ചിയുടെ നേരവും കാലവുമില്ലാത്ത ഫോൺവി ളികൾക്ക് കാതുകൊടുത്തേപറ്റൂ. തലയിൽ തോർത്തുചുറ്റി പറശ്ശി നിയിൽ പോയി പൈങ്കുറ്റിയും വെള്ളട്ടവും തിരുവപ്പനയും ഒന്നിച്ചുനേ ർന്നതുകൊണ്ടാണ് സംവരണത്തിന്റെ കുത്തൊഴുക്കിൽ വാർഡ് ഒലിച്ചു പോവാതിരുന്നത്. ആ കടമ്പ കടന്നുകിട്ടിയപ്പോൾ ഞാഞ്ഞൂലുകൾവരെ പതുക്കെ ഇങ്ങോട്ടിഴയാൻ തുടങ്ങിയതായിരുന്നു. എല്ലാവരും വലി യവലിയ കിങ്മേക്കർമാരുടെ കാല്തിരുമ്മാൻ പോയപ്പോൾ 'കുറെ കാലമായില്ലേ നമ്മള് കയില്കുത്താൻ തൊടങ്ങീറ്റ് എന്ന് തങ്കമണി യോച്ചിയോടാണ് സങ്കടം പറഞ്ഞത്. 'ഇതിപ്പം ജനറലായി, അടുത്തത് വനിതെന്ന്യ. പത്തുകൊല്ലൊന്നും ചൊറീംകുത്തിയിരിക്കാനൊന്നും കഴിയില്ല തങ്കമണിയേച്യേ' എന്നു പറയുമ്പോൾ കണ്ണീർ പൊടിഞ്ഞത് തങ്കണിയേച്ചി ശ്രദ്ധിച്ചു. അപ്പോൾത്തന്നെ കുടുംബശ്രീക്കാരെയും കൂട്ടി അവർ പാട്ടിയാഫീസിലേക്ക് പോവുകയും മറുകണ്ടം ചാടാൻ ഭീഷണിഉ യർത്തുകയും ചെയ്തു. കൈയോടെ ലിസ്റ്റിൽ പേര് വരുത്തിച്ചതിന് ശേഷമാണ് തങ്കമണിയേച്ചി മടങ്ങിയത്. അത്രപെട്ടെന്ന് മറക്കാൻ പ റ്റുന്നതല്ല ഈ ഉപകാരം. നട്ടപ്പാതിരയായാലും നടുറോഡിലായാലും അവരുടെ ഏതാവശ്യങ്ങളും ന്യായാന്യായങ്ങൾ നോക്കാതെ അംഗീക രിച്ചേ പറ്റൂ.

ഇവിടെയാണെങ്കിൽ കെ.പി. കുന്നുംപുറം, താൻ ആറ്റുനോറ്റെ ഴുതിയുണ്ടാക്കിയ നാടകം വായിക്കുന്നതിന് മുന്നോടിയായുള്ള തൊ ണ്ടശരിയാക്കൽ തുടങ്ങിയിട്ടേയുള്ളൂ. ഇയാളുടെ അവതരിപ്പിക്കലും അഭിനയിച്ചുകാണിക്കലും ആവസാനിക്കുമ്പോൾ നേരം പാതിരയാ വുമെന്നുറപ്പാണ്. തന്റെ ചുമലിൽ ഓരോ നിമിഷവും വന്നുവീണു കൊണ്ടിരിക്കുന്ന വികസന ഭാരങ്ങളെകുറിച്ചൊന്നും ഈ കലാസമി തിക്കാർക്ക് അറിയേണ്ട. നാടകവും അഭിനയവും കൊണ്ട് എന്ത് വിപ്ലവമാ ണാവോ ഇക്കൂട്ടർ പ്രതീക്ഷിക്കുന്നത്! പണ്ടെങ്ങോ ചില നേരെവാ നേ രെപോ വിചാരമുള്ളവർ നാടകമുണ്ടാക്കിക്കളിച്ചത് പ്രസ്ഥാനത്തെ വളർത്താൻ സഹായിച്ചെന്നുവെച്ച് എക്കാലവും അതാവർത്തിക്കുമെന്ന് കരുതുന്നത് വിഡ്ഢിത്തമല്ലേ? സ്വാഭാവികമരണം കാത്തുകിടക്കുന്ന കലാസമിതിയെയും കാണികൾ കൈയൊഴിഞ്ഞ നാടകത്തെയും പുനരുജ്ജീവിപ്പിക്കുന്നത് തുരുമ്പ് തൂറ്റുന്നതിനുസമം. അരാഷ്ട്രീയത യുടെ ചെളിക്കുണ്ടിൽ നിന്ന് ചെറുപ്പക്കാരെ കരകയറ്റാൻ കലാസമി തികൾ സജീവമാക്കുകയാണ് ഏകവഴിയെന്ന് പാർട്ടിയിലെ ചില ബുദ്ധി

ജീവികളുടെ തലയിൽ ഉദിച്ചതാണ്. പക്ഷേ, കലാകാരന്മാരും എഴുത്തുകാരും സംഘം ചേർന്ന് പാർട്ടിക്കാർക്കെതിരെ ഒളിഞ്ഞും തെളിഞ്ഞും ആക്രമണം നടത്തിക്കൊണ്ടിരിക്കുന്നു. തൊണ്ണൂറ്റൊമ്പത് ശതമാനം സോദ്ദേശമെന്നു തോന്നുമെങ്കിലും ഒരു ശതമാനത്തിലാണ് കെണി. അങ്കലാപ്പിനും ആശയക്കുഴപ്പത്തിനും അതുമതി. ഒന്നിനെയും വിശ്വസിക്കാൻ പറ്റാത്ത കാലമാണിത്. എവിടെ നോക്കിയാലും വിരുദ്ധാശയങ്ങളുടെ വിഷപ്പാമ്പുകൾ. ഒന്നിനെ പിടിക്കുമ്പോൾ അതിനെക്കാൾ ഗാഡാഗഡിയനുണ്ട് മാളത്തിൽ. ഇന്റർനെറ്റിലൂടെയും മൊബൈൽ മെസേജിലൂടെയും അപവാദങ്ങൾ തലങ്ങും വിലങ്ങും ഒഴുക്കിവിടുന്നു. ജനനേതാക്കൾക്ക് പകർച്ചവ്യാധിപോലെ തണ്ടും തലക്കനവും പെരുകുന്നുവെന്നും കുട്ടി നേതാവുപോലും ഇപ്പോൾ ഇരുതോളിലും കുമ്പളങ്ങ തിരുകിവെച്ചപോലെയാണ് നടത്തമെന്നും മുഖത്ത് ചിരി തൊട്ടുതെറിപ്പിച്ചിട്ടില്ലെന്നും അസഭ്യമല്ലാത്തതൊന്നും നാക്കിൽ വിളയാടുന്നില്ലെന്നും പാവങ്ങളെ കാണാൻ കണ്ണില്ലെന്നും മറ്റും കള്ളപ്രചരണങ്ങൾ അഴിച്ചുവിടുന്നു. അപചയം, അന്യവർഗചിന്ത, അടിവേരു ചീയൽ തുടങ്ങിയ പദാവലികൾ മാർക്കറ്റ് പിടിച്ചടക്കിയിരിക്കുന്നു. പേനയുന്തുകാരുടെ താളത്തിനൊത്ത് തുള്ളുകയാണ് ജനം. നേതാക്കൻമാരുടെ ശരീരഭാഷയിലും നാക്ക്പിഴവിലും ചുറഞ്ഞുകളിച്ച്, പ്രശ്നങ്ങളിൽ നിന്നും പ്രത്യയശാസ്ത്രത്തിൽ നിന്നും അകറ്റിനിർത്താൻ ബോധപൂർവം ശ്രമം നടക്കുകയാണ്. കഥകളും കവിതകളും പാരവെപ്പുകൾ കൊണ്ട് സുലഭം. തല്ല്മാത്രം, തലോടലില്ല. നാടകങ്ങളാണെങ്കിൽ വിഷം പുരട്ടിയ സംഭാഷണങ്ങൾ കൊണ്ട് സമൃദ്ധം. ദൃശ്യങ്ങൾ മാറിമറിയുമ്പോൾ എന്തൊക്കെ ദുസ്സൂചനകളാണ് പ്രേക്ഷകന്റെ തലയ്ക്കകത്ത് അടിച്ചു കയറ്റുക എന്നാർക്കറിയാം.? മിമിക്രിക്കാരുടെ കളിയാക്കൽ പക്ഷേ, കണ്ടിരിക്കാവുന്നതാണ്. ഒരു കുലുങ്ങിച്ചിരിയിൽ അലിഞ്ഞുതീരുന്നതേയുള്ളൂ അതിലെ കൊള്ളിവാക്കുകൾ. പക്ഷേ, ഒരിക്കലും നമ്പാൻ പറ്റാത്തതാണ് എഴുത്തുകാരുടെയും നാടകക്കാരുടെയും വർഗം. പറയാനും എഴുതാനും ഇഷ്ടപോലെ ഉണ്ടായിട്ടും മറ്റേക്കൂട്ടരുടെ കൊള്ളരുതായ്മകളെപ്പറ്റി ഒരക്ഷരം ഉരിയാടാനോ പേനയുന്താനോ ഇവർ തയ്യാറാവുന്നില്ലെന്നതാണ് ഏറെ സങ്കടം.

വെറുമൊരു വാർഡ്മെമ്പർ വിചാരിച്ചാൽ തടുക്കാവുന്നതല്ല ഈ കുലം കുത്തിയൊഴുകൽ എന്നറിയാഞ്ഞിട്ടല്ല. പ്രസ്ഥാനത്തെ പിറകിൽ നിന്ന് കുത്തുന്ന പ്രവണത ഫാഷനായി കൊണ്ടുനടക്കുന്ന ഇക്കാലത്ത് തന്റെ വാർഡിലെങ്കിലും അതിന് തടയിടണം. ഇവിടെയുണ്ടാകുന്ന ഓരോ കലാകാരന്മാരെയും എഴുത്തുകാരെയും പിന്തിരിപ്പൻ വരട്ടുചിന്തയുടെ വലയത്തിൽ നിന്നും മോചിതരാക്കണം.

അതുകൊണ്ട് മാത്രമാണ് വാർഡതിർത്തിയിൽ നാടകമുണ്ടാക്കുന്നു എന്നറിഞ്ഞപ്പോൾ, നിന്നുതിരിയാൻ നേരമില്ലാതിരുന്നിട്ടും, ഒരുപാട് കാലമായി കയറാൻ സാധിക്കാതിരുന്ന കലാസമിതിയുടെ കോണ്ടികയറിയത്.

കർട്ടൻ ഉയരുമ്പോൾ സ്റ്റേജിൽ അന്ധകാരം മാത്രം...

കെ.പി. കുന്നുംപുറം നീണ്ടുനിവർന്നിരുന്ന് വായന ആരംഭിച്ചു.

ന്ക്ക്,ന്ക്ക്,ന്ക്ക്......

മെമ്പറാണ്.

കഥ നടക്കുന്നത് രാത്രി എന്നാണോ ഇതുകൊണ്ട് ഉദ്ദേശിക്കുന്നത്?

തുടങ്ങി ഇലങ്കോലിടൽ. ഇനിയങ്ങോട്ട് ഓരോ വരിയുടെയും അർഥവും ആശയവും വിസ്തരിക്കേണ്ടിവരും, അതിനുള്ള ഒരുക്കത്തിൽ തന്നെയായിരുന്നു കെ.പി. കുന്നുംപുറം. കുറെ നാൾ ഊണും ഉറക്കവും നഷ്ടപ്പെടുത്തിയാണ് 'കിളിവാതിലിൽ വളകിലുക്കം' എഴുതിയുണ്ടാക്കിയത്. ആരുടെ കാല് തിരുമ്മിയാലും വേണ്ടില്ല ഇത് വെളിച്ചംകണ്ടേ പറ്റൂ. അതുകൊണ്ടാണ് തന്നേക്കാൾ പ്രായം കുറഞ്ഞ ആളായിട്ടും സുരേന്ദ്രാട്ടാ സുരേന്ദ്രാട്ടാ എന്ന് തരം കിട്ടുമ്പോഴൊക്കെ വിളിക്കുന്നത്.

സംശയരോഗിയാണ് സുരേന്ദ്രാട്ടനെന്ന് കെ.പി.ക്ക് നന്നായറിയാം. ഇലക്ഷനു മുൻപ്, തന്നെ ആരൊക്കെയോ തഴയുന്നു എന്നായിരുന്നു സംശയം; സ്ഥാനാർഥിയായപ്പോൾ ഒപ്പം നിൽക്കുന്നവർ തോല്പിക്കാൻ നോക്കുന്നു എന്നായി. ജയിച്ചപ്പോൾ സ്റ്റാൻഡിങ് കമ്മിറ്റി ആക്കാതിരിക്കാൻ ചിലർ കളിക്കുന്നു എന്നായി, എല്ലാം കിട്ടിക്കഴിഞ്ഞപ്പോൾ തന്നെയും പ്രസ്ഥാനത്തെയും അദൃശ്യശക്തികൾ അപകീർത്തിപ്പെടുത്താൻ ശ്രമിക്കുന്നു എന്നായി.

ഇയാളുടെ മുൻപിൽ നാടകം മുഴുവനും വായിച്ചവതരിപ്പിക്കുക പാറക്കൂട്ടം തള്ളിമാറ്റുന്നതിനേക്കാൾ ദുഷ്കരം. പട്ടി ഇടത്തോട്ട് നോക്കി കുരച്ചു എന്നെഴുതിയാൽ വലത്തോട്ടായാലെന്താ കുഴപ്പം എന്നു ചോദിക്കും. വലത്തോട്ട് നോക്കിയാണ് കുരച്ചതെങ്കിൽ ഇടതിനോട് എന്തിനാണ് അയിത്തമെന്നാവും സംശയം. ഇയാളെ കൂടാതെ രണ്ട് ബുദ്ധിജീവികൾ സെലക്ഷൻ കമ്മിറ്റിയിൽ കയറിക്കൂടിയതും ആശങ്കയുളവാക്കുന്ന സംഗതിതന്നെ. അവരെ കൈയിലെടുക്കാൻ പക്ഷേ, എളുപ്പമാണ്. തനിക്കുപോലും മനസ്സിലാവാത്ത ദൃശ്യങ്ങളും ഭാഷാപ്രയോഗങ്ങളും ഇടയ്ക്ക് എഴുതിച്ചേർത്തത് ഇക്കൂട്ടരുടെ പച്ചക്കൊടിക്കു വേണ്ടിയാണ്.

അന്ധകാരം മീൻസ്, സുരേന്ദ്രാട്ടാ അജ്ഞത, അറിവില്ലായ്മ. വേണമെങ്കിൽ അനീതി, ആലസ്യം അവിശുദ്ധി. അസ്വാതന്ത്ര്യം എന്നിങ്ങനെയെല്ലാം വായിച്ചെടുക്കാം. തമസോമാ ജ്യോതിർഗമയ എന്നുണ്ടല്ലോ. ഇരുട്ടുള്ളിടത്തേ വെളിച്ചത്തിന്റെ ശക്തി അറിയൂ. ഇറ്റ്ഈസ് ആൾവേയ്സ് ഡാർക്ക്സറ്റ് ബിഫോർ ദി ഡോൺ. രാത്രി എന്ന ഒറ്റ സംജ്ഞകൊണ്ട് ചുരുക്കാവുന്ന സംഗതിയല്ല അത്

സുരേന്ദ്രാട്ടാ. അധികാരത്തിനെതിരെയുള്ള ആദ്യചുവടുവെപ്പാണത്. ആകാംക്ഷയുടെ പ്രതിരൂപമാണത്. ആവേശത്തിന്റെ മൂർധന്യമാണത്, പരിവർത്തനത്തിന്റെ പ്രാഗ്‌രൂപമാണത്. എന്തിനധികം സുരേന്ദ്രാട്ടാ, കാരക്ടർ, ലൈക് ഫോട്ടോഗ്രാഫ് ഡവലപ്സ് ഇൻ ഡാർക്ക്നസ്.

പെരുമഴ തോർന്നതുപോലെ കെ.പി.കുന്നുംപുറം നിർത്തി. അതിസങ്കീർണമായ ലോകതത്ത്വങ്ങൾ ലളിതമായി മനസ്സിലാക്കിക്കൊടുത്ത സംതൃപ്തിയോടെ കെ.പി. എല്ലാവരുടെയും മുഖത്ത് നോക്കി. ബുദ്ധിജീവികളുടെ കണ്ണുവിടർന്നു. പരിവർത്തനം എന്ന ഒറ്റവാക്കിന്റെ ലഹിരിയിൽ വാർഡ്മെമ്പർ സ്വയം മറന്നു.

കൊള്ളാം എക്സലന്റ്, ബാക്കി വായിച്ചോളൂ.

മതി; ഇനി ഇവന്മാർ തന്റെ വഴിയിൽ വന്നുകൊള്ളും എന്ന വിചാരത്തോടെ കെ.പി.വായന തുടർന്നു.

...പ്രകാശത്തിന്റെ ചെറുകിരണം സ്റ്റേജിലേക്ക് എത്തിനോക്കുന്നു. ഒരു പുഴയോരം തെളിഞ്ഞുവരുന്നു. ക്രമേണ വെളിച്ചം സ്റ്റേജിലാകെ പരന്നൊഴുകുന്നു. നട്ടുച്ച....

അത്രയും വായിച്ചശേഷം കെ.പി. കുന്നുംപുറം ഒരിക്കൽകൂടി കമ്മിറ്റി അംഗങ്ങളുടെ മുഖത്ത് നോക്കി. ഇതൊക്കെ നമ്മളെത്ര കണ്ടു കേട്ടു എന്നമട്ടിൽ താടിയുഴിയുകയാണ് ബുദ്ധിജീവികൾ. വരികൾക്കിടയിൽ, കയറിപ്പിടിക്കാൻ വല്ലതും കുരുങ്ങിക്കിടപ്പുണ്ടോ എന്ന് സൂക്ഷ്മമായി ചികയുകയാണ് മെമ്പർ...

...നട്ടുച്ച....

കെ.പി. വായന തുടരുകയണ്.

... ഒരു പെൺകുട്ടി പ്രവേശിക്കുന്നു പതിനെട്ടുവയസ്സുമാത്രം പ്രായം. ചുരിദാറാണ് വേഷം. പെൺകുട്ടി പുഴയുടെ വ്യത്യസ്തഭാവങ്ങൾ ആസ്വദിക്കുന്നു. അല്പസമയത്തിനുശേഷം

പെൺകുട്ടി: (തിരിഞ്ഞ് പ്രേക്ഷകരോട്) ഞാൻ പോവുകയാണ്, ഞാൻ പോവുകയാണ്....

(എന്തോ തീവ്രമായ ദുഃഖം പെൺകുട്ടിയെ പിന്തുടരുന്നുണ്ട്.)

പെൺകുട്ടി: (പെട്ടെന്ന് ഭാവം മാറി) അതെ. ഞാൻ പോവുകയാണ്. വോട്ട്ചെയ്യാൻ പോവുകയാണ്. വോട്ട് ചെയ്യാൻ പോവുകയാണ്.(വീണ്ടും മുഖത്ത് ദുഃഖം ഘനീഭവിക്കുന്നു.) ഇതെന്റെ ആദ്യവോട്ട്; ഒരുപക്ഷേ ഇതെന്റെ അവസാനത്തെയും വോട്ടായിരിക്കും. ആദ്യത്തെയും അവസാനത്തെയും വേട്ട്... (കരയാൻ തുടങ്ങുന്നു)

എല്ലാവരും ആകാംക്ഷയുടെ മുൾമുനയിൽ നിൽക്കവേ, സുരേന്ദ്രാട്ടന്റെ ഫോൺ പട്ടികുരക്കുമ്പോലെ ഒച്ചവെച്ചു.

തങ്കമണിയേച്ചിതന്നെ.

ഛെ, നാടകത്തിൽ ഒളിപ്പിച്ചുവെച്ച മുള്ളും മുരടും മൂർഖൻ പാമ്പും കൈയോടെ കണ്ടെത്തിയ നേരത്താണ് നശിച്ച ഫോൺവിളി. ഈ തങ്കമണിയേച്ചിമാരെ വല്ല ഭ്രാന്താസ്പത്രിയിലും കൊണ്ടാക്കാൻ ആളില്ലേ ഈശ്വരാ എന്ന് മനസ്സിൽ പിറുപിറുത്തുവെങ്കിലും 'പറയൂ തങ്കമണിയേച്ചീ' എന്ന് വിനയം കലർത്തി മറുപടി നൽകി.

നീ ഇങ്ങോട്ട് വിളിക്കാൻ മറക്കും. തെരക്ക് കൂടുമ്പം നേതാക്കന്മാര് അങ്ങന്യാണല്ലോ. അതോണ്ടാ ഞാനിപ്പംതന്നെ വിളിക്ക്ന്ന്, പിന്നേക്ക് വെച്ചാല് മറന്നുപോകും, കുളം കുയിച്ച് മീനിനെ പോറ്റ്ന്ന പദ്ധതീനെപ്പറ്റി ഇപ്പം ടീവിന്റാത്ത് ഒരു പരിപാടി ഉണ്ടായിന്. അവര്ടെ പ്രസംഗും പ്രഭാഷണും കേക്കമ്പും ഇനി നമ്മേ വേറൊരു പണിക്കും പോണ്ടാന്നാ തോന്ന്ന്. പക്ഷേ, പഞ്ചായത്ത് കാര്യായിറ്റ് സഹായിക്കേണ്ടിവരും.

തങ്കമണിയേച്ചിയുടെ ആവേശം ഫോണിന്റെ ലൗഡ്സ്പീക്കർ കവിഞ്ഞൊഴുകി.

ധനസഹായം എത്ര വേണമെങ്കിലും തരാം. ചെലവാക്യാലും തീരാത്തത്ര പണമുണ്ട്. എല്ലാം ലാപ്സായി പോവല്ലേ. പക്ഷേ, തങ്കമണിയേച്ചീ അതല്ല പ്രശ്നം. പൂട്ടിപ്പോയ നെയ്ത്ത് കമ്പനിക്ക് പടിഞ്ഞാറുള്ള സ്ഥലത്തിന് ഒര് കൊഴപ്പമുണ്ട്. അത് നെൽവയലാണ്. അവിടെ വേറെന്തെങ്കിലും ഏർപ്പാട് തൊടങ്ങ്യാല് എടങ്ങാറാവൂലെ. നാട്ടുകാര് വന്ന് കുളങ്ങൾ മീനടക്കം കൊത്തിമൂടി കൊടികുത്തൂലെ? ആ സമരത്തിന് അഭിവാദ്യം ചെയ്യാനും നമ്മള് പോണ്ടിവരും.

നെല്ലായാലും മീനായാലും രണ്ടും കൃഷിതന്ന്യല്ലേ സുരേന്ദ്രാ, രണ്ടും വയറ്റില് പോണ സാധനംതന്ന്യലേ? മാത്രമല്ല അക്കണ്ടത്തില് നെല്ല് കൃഷിചെയ്യാതായിറ്റ് കാലം കൊറെയായി.

തങ്കമണിയേച്ചിക്ക് എല്ലാറ്റിനും മറുപടിയുണ്ട്. ഒരു കാര്യം മനസ്സിൽ ഉറപ്പിച്ചാൽ അത് സാധിക്കുന്നതുവരെ അടങ്ങിയിരിക്കില്ല.

കയ്ചലും മുശുവും പയത്തിയുമൊക്കെ കൃത്രിമായിറ്റ് വളർത്താൻ പറ്റുംന്നാണോ ടി.വി.ക്കാര് പറയ്ണേ?

ആ ജാതി മീനുകളല്ല, കരിമീൻ, ഏത് കാലാവസ്ഥയിലും അത് പെറ്റുപെരുകിക്കോളും. ജീവനോടെ പിടിച്ച് ചെറുതായരിഞ്ഞ് ലേശം കുരുമുളകും മല്ലിയും ചേർത്ത് കറിവെച്ചാൽ ഭയങ്കര ടേസ്റ്റായിരിക്കും. വെളിച്ചണ്ണയിൽ പൊള്ളിച്ചെടുത്ത കരിമീൻ അടർത്തി അടർത്തി തിന്നാൻ കിട്ട്യാല് ചോറ്പോലും വേണ്ട. കരിമീൻ കൊണ്ട് വയറ് നെറഞ്ഞോളും.

നാടകത്തിന്റെ പ്രധാനഭാഗത്തേക്ക് പ്രവേശിക്കുന്നതിനു മുൻപേ വന്നുചേർന്ന തടസ്സം കെ.പി.ക്ക് നീരസമുണ്ടാക്കി. ഔചിത്യയബോധം

തൊട്ടുതീണ്ടിയിട്ടില്ലാത്ത സാധനമാണ് മൊബൈൽഫോൺ. ഇങ്ങനെയൊരാളെ വെയിലത്ത് നിർത്തിയിരിക്കുകയാണെന്ന വിചാരംപോലുമില്ലാതെ ഫോൺ മൂപ്പരേയും കൊണ്ട് കടൽകടക്കുകയാണ്. കയ്ചലിലും മുശുവിലുമാണ് തുടങ്ങിയത്. ഇനി അയലയും മത്തിയും വരും ആവോലിയും അയക്കൂറയും വരും സ്രാവും തിരണ്ടിയും വരും.

ബുദ്ധിജീവികളിലൊരാൾ ആവിയിട്ടു. കുന്നുംപുറം വാർഡിൽ നടക്കുന്ന ഏത് മീറ്റിങ്ങിലും ഈ ബുദ്ധിജീവികളുടെ സാന്നിധ്യം ഉറപ്പാണ്. വന്നപാടെ ഹാജർബുക്കിൽ ഒപ്പിടണം. പിന്നെ ഞങ്ങള് മാവിലായിക്കാരാണെന്ന മട്ടിൽ ദൂരെ മാറിയിരുന്നു ഉറങ്ങിക്കോളും. ഇടക്കെപ്പോഴെങ്കിലും അഭിപ്രായം ചോദിച്ചാൽ ഞെട്ടിയുണർന്ന്, സന്ദർഭത്തിന് യോജിച്ചതാണോ എന്നുപോലും നോക്കാതെ ആചാര്യൻമാരുടെ കട്ടേഷനുകൾ തട്ടിവിട്ട് വീണ്ടും കസാരയിലേക്ക് ചെരിഞ്ഞോളും. ഇപ്പോൾ അവർ ഉണർന്നിരുന്നാലും ഉറങ്ങിയാലും ഒന്നും സംഭവിക്കാനില്ല. സുരേന്ദ്രാട്ടൻ ഉണർന്നിരിക്കണം, അയാളുടെ കണ്ണും മൂക്കും ചെവിയുമെല്ലാം നാടകത്തിൽ ആഴ്ന്നിറങ്ങണം.

ടീവീന്റാത്ത് പറഞ്ഞയാൾക്ക് പന്ത്രണ്ടേക്കർ കണ്ടമുണ്ടത്രെ!

ചക്കയുടെ വെളഞ്ഞിൽപോലെ തങ്കമണിയേച്ചിയുടെ വാക്കുകൾ മൊബൈലിൽ പറ്റിപ്പിടിച്ചിരിക്കുകയാണ്.

മുപ്പര് കണ്ടത്തില് കൊറെ കൊളങ്ങളുണ്ടാക്കി. ലേശം എരുമച്ചാണകോം, ലേശം തേങ്ങാപ്പിണ്ണാക്കും അടിവളമായി കൊണ്ടിട്ട് വെള്ളം നിറച്ചു. മത്സ്യഫെഡ്ന്ന് അയ്യായിരം മീൻ കുഞ്ഞുങ്ങളെ വാങ്ങിക്കൊണ്ടാന്ന് കൊളത്തിലിട്ടു. മൂന്നുകൊല്ലം മുൻപാ തൊടങ്ങ്യത്. ഇപ്പം അയാള് ലക്ഷപ്രഭുവാ, ലക്ഷപ്രഭു. ടീവിന്റാത്ത് ടൈയും കെട്ടിയിരിക്കുന്നത് കണ്ടപ്പം ടാറ്റേന്റീം ബിർലേന്റീം കുടുംബത്തിലെ ആളെപ്പോലെ തന്നീണ്ട്.

വെള്ളത്തിൽ വാലിട്ടടിച്ച് തിരകളുണ്ടാക്കി ആവേശത്തോടെ ഊളിയിടുന്ന മീനിനെപ്പോലെ തങ്കമണിയേച്ചി.

ഈ ജനവരീല് മീനിനെകൊണ്ടിടാൻ പറ്റ്യാല് ജൂലായ് ആവുമ്പഴ്ത്തേക്ക് മുട്ടയിടാൻ തൊടങ്ങും. കൊറച്ച് മുള്ളൻപായൽ കൊണ്ടിട്ടാൽ അയ്ന്റെ മോളില് ഇഷ്ടം പോലെ മുട്ടയിട്ടോളും. ചുറ്റും കണ്ടൽച്ചെടികള് നട്ടുപിടിപ്പിച്ചാല് മണ്ണൊലിപ്പ് തടയൂം ചെയ്യാം. മീൻ കുഞ്ഞുങ്ങൾക്ക് ആരീം പേടിക്കാണ്ട് അയ്ന്റെ വേരിന്റുള്ളില് താമസിക്കൂം ചെയ്യാം. കണ്ടൽ നട്ടുപിടിപ്പിച്ചൂന്നൊരു ക്രഡിറ്റും കിട്ടും.

തങ്കമണിയേച്ചി പറയുന്നതിൽ കാര്യമുണ്ടെന്ന് തോന്നി മെമ്പർക്ക്. ഒരുപക്ഷേ, വാർഡ് വികസനത്തിന്റെ ആണിക്കല്ലായി ഇതിനെ മാറ്റിയെടുക്കാം. പഞ്ചായത്തിലെ മുഴുവൻ വീടുകളിലും കരിമീൻ വിഭവങ്ങൾ സപ്ലൈ ചെയ്യുന്നവിധത്തിൽ ഇതിനെ വളർത്തിയെടുക്കാം. ഗ്രീൻകേരള

എക്സപ്രസ് പോലുള്ള പരിപാടി ഇനിയും ഉണ്ടാവുകയാണെങ്കിൽ ഡിഫറന്റായിട്ടുള്ള ഈ പദ്ധതിക്ക് പുരസ്കാരം ഉറപ്പ്.

കരിമീൻ കൃഷിയെപ്പറ്റിയുള്ള ചോദ്യങ്ങൾക്ക് ശാസ്ത്രജ്ഞരും സിനിമാതാരങ്ങളും ഉൾപ്പെടുന്ന വിധികർത്താക്കളുടെ മുന്നിൽ ആക്ഷൻ ഹീറോവിനെപ്പോലെ തുരുതുരെ മറുപടിനൽക്കുന്ന ചിത്രം ടെലിവിഷനിലെന്നപോലെ കാണുകയായിരുന്നു കൊയ്യാൽ സുരേന്ദ്രൻ.

പക്ഷേ, വെറൊരു കുഴപ്പം കൂടിയുണ്ട് തങ്കമണിയേച്ചീ. ൻങ്ങ കഴിഞ്ഞകൊല്ലം സോപ്പുണ്ടാക്കി വീട്വീടാന്തരം കൊണ്ട്ക്കൊട്ത്തപ്പം പീട്യക്കാരൻ നാരണാട്ടൻ പാർട്ടീനേം സർക്കാറിനേം ചീത്തപറഞ്ഞത് ഓർക്ക്ന്നില്ലേ. നാരാണാട്ടന്റീം വീട്ട്കാർടേം വോട്ട് സുന്ദരമായി പോയിക്കിട്ടി. അതുപൊലെ മീൻ കച്ചോടം തുടങ്ങ്യാല് നമ്മളെ കുട്ട്യാപ്ലക്കും, മുസ്തഫാക്കും പണിയില്ലാണ്ടാവൂലെ. അതും നോക്കണ്ടെ നമ്മള്? അല്ലേത്തന്നെ ന്യൂനപക്ഷങ്ങൾ മുഴുവൻ നമ്മക്കെതിരായിരിക്കാ. ഓരോ കാരണം കിട്ടാൽ കാത്തിരിക്കാ അക്കൂട്ടര്.

വളരെ ആലോചിച്ചാണ് സുരേന്ദ്രൻ ഇതു പറഞ്ഞത്. വോട്ടുചോരുന്നവഴികൾ അടക്കേണ്ടതുണ്ട്. എതിരാളിക്ക് ഇപ്രാവശ്യം പ്രതീക്ഷിച്ചതി ലധികം വോട്ടുകിട്ടിയതിന് സമാധാനം പറഞ്ഞ് മടുത്തു. കഴിഞ്ഞ ഭരണസമിതിക്കാരും ആൾക്കാരും കണ്ണുംമൂക്കുമില്ലാതെ കാട്ടിക്കൂട്ടിയ ഓരോ തോന്ന്യാസത്തിന്റെയും പാപഭാരം തന്റെ പെരടിക്കായിരിക്കുന്നു. സ്ഥാനാർഥി ജനസമ്മതനല്ലപോലും. വോട്ട് ചോർന്നു എന്നത് നേര്. മറ്റേക്കൂട്ടർക്ക് സിന്ദാബാദ് വിളിക്കുന്ന ഒരുത്തനും വാർഡിൽ കണികാണാനുണ്ടായിരുന്നില്ല. സ്ഥാനാർത്ഥിയാവാൻ പോലും ആളില്ലാതെ വന്നപ്പോൾ ആയിരത്തിന്റെ പത്ത് നോട്ടുകൾ എണ്ണിക്കൊടുത്തിട്ടാണ് എങ്ങോ ഉള്ള ഒരു പച്ചപ്പാവത്തെ അറവുമാടിനെപോലെ ഇങ്ങോട്ട് കെട്ടിക്കൊണ്ടുവന്നതെന്ന് നാട്ടിൽ പാട്ടാണ്. പണവും വാങ്ങി പുള്ളിക്കാരൻ വീട്ടിൽത്തന്നെ കുത്തിയിരുന്നു. വാർഡിന്റെ അതിർത്തി അറിയില്ല. ഒരു വീട്ടിലും കയറിയില്ല. ഒരു വോട്ടറേയും കണ്ടില്ല, നോട്ടീസോ പോസ്റ്ററോ ഒട്ടിച്ചില്ല. സ്ലിപ്പ് കൊടുത്തില്ല, ബൂത്തിൽ ഇരുന്നില്ല, എന്നിട്ടും വോട്ടെണ്ണിയപ്പോൾ ഇഞ്ചോടിഞ്ച് പോരാട്ടം. കഷ്ടിച്ച് രക്ഷപ്പെടുകയായിരുന്നു. എല്ലാവരും ചേർന്ന് മുൻകൂട്ടി പ്ലാൻ ചെയ്ത് പകവീട്ടിയതുപോലെ.

പുതിയ വീട് കിട്ടിയവരുണ്ട്, പഴയത് മാറ്റിപ്പണിയാൻ പണം കിട്ടിയവരുണ്ട്, പശുവിനെ കിട്ടിയവരുണ്ട്, ആടിനെയും കോഴിയെയും കിട്ടിയവരുണ്ട്. അരിയും പറയും കിട്ടിയവരുണ്ട്, ഒന്നും കിട്ടാത്തവരായി ഒരുത്തനുമില്ല. എന്നിട്ടും വോട്ടുചെയ്തത് അപ്പർത്ത്. നന്ദികെട്ട വർഗം, എല്ലാം വാങ്ങിവാങ്ങിക്കൊണ്ടു പോയിട്ടും കുറ്റം പറയാൻ വാക്കിന് പഞ്ഞമില്ലതാനും മീനായ മീനെല്ലാം നങ്കിന്റെ പുറത്ത്, നയമോ പരിപാടിയോ വികസന കാഴ്ചപ്പാടോ ഇല്ലാത്ത മറ്റേക്കൂട്ടർക്ക് ഒരു കു

ഴപ്പവുമില്ല. അവർ കൈ നനയാതെ മീൻപിടിച്ചു. ഇനിയിപ്പം വലിയ തിരഞ്ഞെടുപ്പ് വരാനുണ്ട്. അതിനിടയിൽ ജനത്തിന് ഇഷ്ടക്കേടുണ്ടാക്കുന്നതൊന്നും ചെയ്തുകൂടാ. ഓരോരുത്തരുടെ വാക്കുകേട്ട് അപ്പുറവും ഇപ്പുറവും നോക്കാതെ ഓരോന്നിന് ഇറങ്ങിപ്പുറപ്പെട്ടാല് മെയ്മാസം അണ്ടിപോയ അണ്ണാക്കൊട്ടൻമാരാവും.

അയ്നക്കുറിച്ചൊന്നും ബേജാറാവണ്ട സുരേന്ദ്രാ. നമ്മള് മീൻ ഉണ്ടാക്ക മാത്രെ ചെയ്യുന്നുള്ളൂ. വിൽക്കുന്നത് കുട്ട്യാപ്ലയും മുസ്തഫയും തന്ന്യാ. കടപ്പുറത്തെ അയലക്കും മത്തിക്കുമൊപ്പം നാട്ടുമ്പുറത്തെ കരിമീനും.ഓർക്കത് ലാഭം കിട്ടന്ന കാര്യാരിക്കും. കൂടുതല് ഉണ്ടാക്കാൻ പറ്റ്യാല് അടുത്ത പഞ്ചായത്തിലും ജില്ലേല് മൊത്തായിറ്റും വിൽക്കാൻ പറ്റും. കുറ്റ്യാട്ടൂർ മാങ്ങ, മലപ്പുറം കത്തി, ആറന്മുള കണ്ണാടി എന്നൊക്കെ പറയുമ്പോലെ നമ്മക്ക് കുന്നുംപുറം കരിമീൻ. എന്താ വിജയിക്കൂലാന്ന് തോന്ന്ണ്ടാ സുരേന്ദ്രാ. മനക്കോട്ട കെട്ട്വാന്ന് വിചാരിക്കണ്ട. എല്ലാ ഭാഗത്ത്ന്നും ഹെൽപ്പ് കിട്ട്യാല് മറ്റ് സംസ്ഥാനങ്ങള് വരെ നമ്മുടെ കരിമീൻ എത്തിക്കാൻ പറ്റും ആന്ധ്രേന്നും ബംഗാൾന്നും അരി ഇറക്കുമ്പോലെ ആടത്തേക്ക് കുന്നുംപുറം കരിമീൻ കേറ്റിവിടാൻപറ്റ്യാല്... ഒന്നാലോയ്ച് നോക്യാട്ടെ. നമ്മളെ പിടിച്ചോ കിട്ട്വോ?

ഓരോ തടസ്സങ്ങളും തട്ടിമാറ്റി തങ്കമണിയേച്ചി മുന്നേറുകയാണ്. അവരുടെ വാക്കുകൾ സുരേന്ദ്രനിലും ആവേശിക്കാൻ തുടങ്ങിയിരിക്കുന്നു. ഇത് നടക്കും. നടക്കണം. എങ്കിലും ഇത് കേൾക്കുമ്പോൾ ഭരണസമിതിയിലെ മറ്റ് അംഗങ്ങളുടെ മുഖം ചവിട്ടിക്കുഴച്ച ചെളിപോലെയാവുംഎന്നുറപ്പ്.

എനിക്ക് നൂറ് ശതമാനം സമ്മതം തങ്കമണിയേച്ചി. ചില കോർണറ്ന്ന് എതിർപ്പുണ്ടായാലാണ് പ്രശ്നം.

എതിർക്കുന്നോരുടെ മുനയൊടിക്കലാണ് ന്ങ്ങളെപോലെത്താൾടെ മിടുക്ക്. മുട്ടപൊട്ടിക്കാണ്ട് ഓംലെറ്റ് ഉണ്ടാക്കാൻ പറ്റ്വോ? ന്ട്ടപ്രാണൻ മറുപടി തരണംന്നല്ല ഞാൻ പറീന്ന്. എല്ലാരീം പറഞ്ഞ് മൻസിലാക്കീറ്റ് മതി. പറീമ്പം വിസ്തരിച്ച് പറഞ്ഞ്കൊടുക്കണം. ഓർക്കാട്ടില്ലത്തെ മൂന്നോനാലോ നമ്പൂതിരിമാരൊഴിച്ച് മീൻകൂട്ടാത്ത ആരും നമ്മുടെ വാർഡിലില്ല. എല്ലാർടീം വയറ്റ്പോന്നകാര്യമല്ലേ നമ്മ ചെയ്യ്ന്ന്. അതിനെ പോറ്റാനായിട്ട്. പ്രത്യേകിച്ചൊന്നും നമ്മള് ചെയ്യേണ്ട. ലേശം പൂളപ്പൊടിയോ കടലപ്പിണ്ണാക്കോ, അതും കിട്ടിയില്ലെങ്കിൽ നമ്മുടെയൊക്കെ വീട്ടിൽ വെയ്സ്റ്റാക്കി കളയ്ന്ന പഴഞ്ചോറോ പച്ചക്കറിത്തൊണ്ടോ ഇടയ്ക്കിടക്ക് ഇട്ടുകൊടുക്ക്യേ വേണ്ടൂ. മീൻ കൺമുന്ന്ന് ശടപടാന്ന് വെല്തായിക്കോളും. മൂപ്പെത്തിയാൽ ഒന്നിന് ഒന്നൊന്നര കിലോ തൂക്കമുണ്ടാവും. കിലോക്ക് മുന്നൂറ് മുന്നൂറ്റമ്പത് രൂപവരെ വിലകിട്ടും. ഏത് കൊച്ചുപിള്ളേർക്കും കൈവലയോ ഉറിവലയോ ഉപയോഗിച്ച് ഇതിനെ പിടിക്കാം. ചൂണ്ടയിടാൻ താത്പര്യമുള്ളോർക്ക് അങ്ങനേം

പിടിക്കാം. വെറും കൈകൊണ്ട് തപ്പിപ്പിടിക്കാം. വീട്ടിലെകണ്ണാടിപ്പെട്ടിയിൽ കണ്ണിമീൻ പോറ്റുന്ന അത്രയും കരുതലേ വേണ്ടൂ. വിശാലമായ പാടശേഖരത്തിൽ പതിനായിരക്കണക്കിന് കരിമീനുകളെ പോറ്റാൻ അസൂയക്കാരനല്ലാതെ മറ്റാരും എതിര് നിൽക്കുന്ന് തോന്ന്ന്നില്ല.

തങ്കമണിയേച്ചിയുടെ വാക്കുകൾക്കു മുന്നിൽ തടുപ്പോറില്ല. കുന്നും പുറം പാടശേഖരത്തിൽ കരിമീൻ വിളിയിച്ചേ അടങ്ങൂ എന്ന നിശ്ചയ ദാർഢ്യമുണ്ട് സംസാരത്തിൽ. അവരെ പിന്തിരിപ്പിക്കാൻ ഇനി ആർക്കുമാവില്ല.

പരിഗണിക്കാം തങ്കമണിയേച്ചീ, പ്രസിഡന്റിനെ സംഗതി ബോധ്യപ്പെടുത്തട്ടെ. ഗ്രാമസഭയിൽ പേരിനൊരു മിനുട്സാക്കണം. അതിനെടേല് എഡിഎസുകാര്ടേം സിഡിഎസുകാര്ടേം പർമിഷൻ വാങ്ങ്ന്നകാര്യം തങ്കമണിയേച്ചി നോക്കിക്കോൾണം. പിന്നെ തങ്കമണിേ യച്ചിയോട് ഒര്കാര്യം പറയാം. ഞാനിപ്പം മെമ്പറായിട്ട് അത്രേം നാളല്ലേ ആയുള്ളൂ. പഞ്ചായത്ത് രീതിയൊക്കെ പഠിച്ച് വര്ന്നല്ലേയുള്ളൂ. എട് പിടീന്ന് ഓരോന്ന് ചെയ്യുമ്പം ഇരുന്നിട്ട് പോരെ കാൽനീട്ടൽ എന്ന് മറ്റുള്ളോര് പരിഹസിച്ചാലോ? അതുകൊണ്ട് സമയവും സന്ദർഭും നോക്കി ഞാൻ സംഗതി പാസാക്കിയെടുത്തോളും. ഓകെ?

സുരേന്ദ്രൻ ഫോൺ കട്ട് ചെയ്തു. ആഴമുള്ള കിണറ്റിൽ വീണു പോയ പൂച്ചയെ മുങ്ങിയെടുത്ത് രക്ഷപ്പെടുത്തിയ അഭിമാനത്തോടെ അയാൾ നിവർന്നിരുന്നു കുറച്ചുനേരം നിശ്ശബ്ദനായി. പരിസരബോധം വീണ്ടുകിട്ടാൻ അല്പംകൂടി സമയമെടുത്തു.

നമ്മളെവിട്യാ നിർത്ത്യത് കെ.പി.?

കെ.പി. നാടകത്തിൽ നിന്ന് പിടിവിട്ടുപോയിരുന്നു. വായിച്ചു നിർത്തിയിടത്ത് വിരൽ തൊട്ടു വെച്ചിരുന്നെങ്കിലും ഇടയ്ക്കെപ്പോഴോ കൈ തെന്നിപ്പോയി. താൻ ജീവൻകൊണ്ടെഴുതിയ നാടകത്തെ ഇങ്ങനെ കഷ്ണം കഷ്ണമായി മുറിക്കുന്നതിൽ നീരസം തോന്നാതിരുന്നില്ല.

പെൺകുട്ടി പ്രേക്ഷകരോട് വോട്ട് ചെയ്യുന്ന കാര്യം പറഞ്ഞല്ലോ. നോക്ക് ഞാൻ ഓപ്പൺമൈന്റ് പ്രകൃതക്കാരനാണ്. അതുകൊണ്ട് പെൺകുട്ടിയുടെ ഡയലോഗുകൾ ജനാധിപത്യത്തെ ഇൻസൾട്ട് ചെയ്യുന്നതല്ല എന്നു കരുതാനാണെനിക്കിഷ്ടം. പക്ഷേ, ചില പ്രേക്ഷകർക്ക് അപ്രകാരം ഫീൽചെയ്യണമെന്നില്ല, എന്താ ശരിയല്ലേ?

നാടകം ജസ്റ്റ് സ്റ്റാർട്ട്ചെയ്തല്ലേ ഉള്ളൂ. സുരേന്ദ്രാട്ടാ. ഇനിയങ്ങോട്ടുള്ള ഭാഗംകൂടി കാണുമ്പോ സുരേന്ദ്രാട്ടന്റെ ആശങ്ക അവസാനിക്കും ഒറപ്പാ. ദാ ഞാൻ വായിക്കാം.

...പെൺകുട്ടി കരഞ്ഞുകൊണ്ട് പുഴയോരത്തെ തെങ്ങുചാരി അക ലേക്ക് നോക്കിനിൽക്കുന്നു. ഒരു ചെറുപ്പക്കാരൻ പ്രവേശിക്കുന്നു.

പാന്റും ഷർട്ടുമാണ് വേഷം. പെൺകുട്ടിയെ കണ്ടപാടെ പരുങ്ങുന്നു. തിരിഞ്ഞുനടക്കാൻ ശ്രമിക്കുന്നു. പെൺകുട്ടി അത് മനസ്സിലാക്കുന്നില്ല.

പെൺകുട്ടി : (സന്തോഷത്തോടെ) രാജേട്ടാ....

ചെറുപ്പക്കാരൻ : (മുഖത്ത് കൃത്രിമമായ സന്തോഷം വരുത്തി അടുത്ത് ചേർന്നുനിന്നുകൊണ്ട്) കാഞ്ചനേ.....

പെൺകുട്ടി : ബാഹ്യലോകവുമായി ബന്ധപ്പെടാൻ കഴിയാത്തവിധത്തിൽ അച്ഛൻ എന്നെ മുറിക്കകത്ത് തടവിലാക്കിയിരിക്കുകയാണ് രാജേട്ടാ....

ചെറുപ്പക്കാരൻ : (അകലേക്ക് നോക്കി) എല്ലാം നമ്മുടെ വിധി!

പെൺകുട്ടി : കാരാഗൃഹത്തിൽ കഴിയുന്ന എന്നെ വോട്ടുചെയ്യാൻ വേണ്ടി മാത്രം അല്പസമയം തുറന്നുവിട്ടിരിക്കയാണ് രാജേട്ടാ.... എനിക്കുചുറ്റും നിരീക്ഷണവലയമുണ്ട്. അവരുടെ കണ്ണുവെട്ടിച്ചാണ് രാജേട്ടാ ഞാൻ നമ്മൾ മുൻപ് എല്ലാ സായാഹ്നങ്ങളിലും സംഗമിക്കാറുള്ള ഈ പുഴയോരത്ത് എത്തിചേർന്നത്.

(ചെറുപ്പക്കാരൻ നിശ്ശബ്ദനാണ്)

പെൺകുട്ടി : അന്നത്തെ നീലനിശീഥിനിയിൽ ആയിരം നക്ഷത്രങ്ങളെ സാക്ഷിനിർത്തി രാജേട്ടൻ എനിക്കുതന്നെ ജീവന്റെ തുടിപ്പുള്ള സമ്മാനം ആശുപത്രിയുടെ ചവറ്റുകൊട്ടയിൽ നിർദാക്ഷിണ്യം വലിച്ചെറിയാൻ ആവശ്യപ്പെട്ടതു മുതൽ എന്റെ ഹൃദയം പിടയുകയാണ് രാജേട്ടാ....

(ചെറുപ്പക്കാരൻ വിദൂരതയിലേക്ക് കണ്ണുനട്ടിരിക്കുന്നു.)

പെൺകുട്ടി : എന്റെ പൊന്നുരാജേട്ടനെ കൺനിറയെ കാണാൻ കഴിഞ്ഞെങ്കിൽ എന്ന ആഗ്രഹവുമായാണ് രാജേട്ടാ ഞാൻ വോട്ടുചെയ്യാൻ ഇറങ്ങിത്തിരിച്ചത്. തിരിഞ്ഞെടുപ്പിൽ ആരുവിജയിച്ചാലും നമ്മുടെ പ്രേമം വിജയിക്കണം. വിജയിച്ചേ പറ്റൂ.

ചെറുപ്പക്കാരൻ : (വിദൂരതയിൽ നിന്ന് കണ്ണെടുക്കാതെ) വിധിയുടെ നിർദയമായ ചുഴിയിൽ അകപ്പെട്ടുപോയ രണ്ട് മത്സ്യകുഞ്ഞുങ്ങളാണ് നാം.

പെൺകുട്ടി : ഏത് വിധിയും നേരിടാൻ ഞാൻ ഒരുക്കമാണ്. എന്റെ രാജേട്ടൻ കുടെയുണ്ടെങ്കിൽ(ചേർന്നുനിൽക്കുന്നു). ആധി പെരുകുകയായിരുന്നു രാജേട്ടാ അല്പം മുൻപ്വരെ എന്റെ മനസ്സിൽ വേണ്ടാത്തത് പലതും ഞാൻ ചിന്തിച്ചുപോയി(കരയുന്നു)

ചെറുപ്പക്കാരൻ : (കവിളിലൂടെ ഒലിച്ചിറങ്ങുന്ന കണ്ണീർ തുടയ്ക്കാൻ സഹായിച്ചുകൊണ്ട്) കരയരുത് കാഞ്ചനാ കരയരുത് (ആശ്ലേഷിക്കുന്നു.) (പെട്ടെന്ന് പിടിവിട്ട്) അയ്യോ വല്ലവരും കാണും.

പെൺകുട്ടി : (കെട്ടിപ്പിടിച്ചുകൊണ്ട്) കാണട്ടെ. എല്ലാവരും കാണട്ടെ എനിക്ക് രജേട്ടനും രാജേട്ടന് ഞാനും മാത്രമേയുള്ളൂ എന്ന് എല്ലാവരും അറിയട്ടെ. ലോകം മുഴുവൻ അറിയട്ടെ.

ചെറുപ്പക്കാരൻ : കാഞ്ചനയുടെ വീട്ടുകാർ കണ്ടാൽ....

പെൺകുട്ടി : കണ്ടാലെന്താ? പ്രായപൂർത്തിയായ പെണ്ണാണു ഞാൻ. വോട്ടുചെയ്യാൻ മാത്രമല്ല ജീവിതപങ്കാളിയെ തിരഞ്ഞെടുക്കാനുള്ള അവകാശവും എനിക്കുണ്ട്. ഞാനത് നിറവേറ്റും (ഭാവംമാറ്റി). നമുക്ക് നമ്മുടേതായ ലോകത്തിൽ വിഹരിക്കാം രാജേട്ടാ. എത്രയും പെട്ടെന്ന് എനിക്ക് രാജേട്ടന്റേതുമാത്രമായി മാറണം, ഇപ്പോൾത്തന്നെ എന്നെ കൊണ്ടുപോകണം. ഞാനിതാ ലോകത്തിന്റെ ഏതറ്റംവരെയും വരാൻ തയ്യാറാണ്.

മെമ്പറുടെ കീശയിൽ നിന്നും അപ്പോഴേക്കും ഫോണിന്റെ ദയാര ഹിതമായ കുരച്ചുചാടൽ ഉണ്ടായി. എരിവും പുളിയും മസാലയും ചേർത്ത് പൊള്ളിച്ചെടുത്ത നാടകത്തിന്റെ കഷ്ണം നൊട്ടിനുണയാൻ തുടങ്ങിയിട്ടേയുള്ളൂ. അത് കാക്ക തട്ടിപ്പറിച്ചെടുത്തതുപോലെ നാശം പിടിച്ച മൊബൈൽഫോൺ!

തങ്കമണിയേച്ചിതന്നെ.

ഒരുകാര്യം പറയാൻ വിട്ടു സുരേന്ദ്രാ. സംസ്ഥാന മത്സ്യമായി ക രിമീനിനെ തിരഞ്ഞെടുത്ത വിവിരം ബോർഡ്മീറ്റിങ്ങില് ഓർമിപ്പിക്കണം. ന്ങ്ങള് സത്യപ്രതിജ്ഞ ചെയ്ത അതേ കേരളപ്പിറവി ദിവസം അങ്ങനെ യൊരു തീരുമാനവും ഉണ്ടായിന്.

ഓകെ, ഓകെ, എന്ന് പല ടോണിൽ മറുപടിപറഞ്ഞ് മെമ്പർ ഫോൺ കട്ട് ചെയ്തു.

ബുദ്ധിജീവികളുടെ ഇടതടവില്ലാതെ ഉയരുന്ന കൂർക്കം വലിയൊച്ച നിഷ്പ്രഭമാക്കുന്ന വിധത്തിൽ കെ.പി കുന്നുംപുറം.'കിളിവാതിലിൽ വളകിലുക്കം' തുടർന്ന് കേൾപ്പിക്കാൻ തുടങ്ങി.

●

സുഗന്ധമഴ

ആദ്യം പുറത്തെറിയപ്പെട്ടത് ചന്ദനക്കളറുള്ള ഹാന്റ്ബാഗ്, പനിന്നാലെ വവ്വാൽ ചിറകടിച്ചുവരുമ്പോലെ കുട, തുടർന്ന് ചാന്തുകുപ്പി, പൗഡർടിൻ എന്നിവ ആകാശത്തോളം ഉയർന്ന് തലചുറ്റി വീണു. വസ്ത്രങ്ങൾ ചുരുട്ടിയെറിയുന്നതു കണ്ടപ്പോൾ തീഗോളങ്ങൾ തുപ്പുന്ന രാക്ഷസനെപ്പോലെ വീട് ഉറഞ്ഞുതുള്ളുന്നതായി തോന്നി. എല്ലാറ്റിനും പിറകെ ശക്തമായ ചവിട്ടിന്റെ തള്ളലിൽ നടുമുറ്റത്ത് നോക്കുകുത്തിയെപ്പോലെ ചലനരഹിതമായി നിൽക്കുന്ന എന്റെ മീതെ വിമല കമിഴ്ന്നടിച്ചു വീണു.

എന്റെ ഇതളുകൾ ഞെരിഞ്ഞമരുകയാണ്. തണ്ടുകൾ ചതഞ്ഞു മുറിയുകയാണ്. പൂവുകൾ ഉതിർന്നുവീഴുകയാണ്. എങ്കിലും സാരമില്ല. സിമന്റു തറയ്ക്കുമീതെ തളിരിലകളുടെ മാർദ്ദവത്തിൽ വിമലയുടെ നെറ്റിക്കൊന്നും പറ്റിയില്ലല്ലോ.

വീഴ്ചയിൽത്തന്നെ അല്പനേരം കിടന്നശേഷം വിമല അനങ്ങി. പെട്ടെന്ന് എന്റെ പരിശുദ്ധിയിലേക്ക് ഒരു കെടുനിശ്വാസം പരന്നൊഴുകി. അതിന് മദ്യത്തിന്റെ രൂക്ഷഗന്ധം. ഇത് പ്രതീക്ഷിച്ചതല്ല. എന്തു വൃത്തികെട്ടവളാണീ വിമല!

വെയിൽ കൈപ്പടംവരെ ഇഴഞ്ഞുകയറിയപ്പോൾ വിമല മുഖമുയർത്തി. ഹാവൂ! ഞെരിഞ്ഞമർന്ന ഇതളുകൾ വീണ്ടും വിടർന്നു. വളഞ്ഞുപോയ ശാഖകൾ നിവർന്നുയർന്നു. ശ്വാസം മുട്ടിക്കുന്ന മദ്യഗന്ധമകന്നതാണേറെ ആശ്വാസം. അതേസമയം വേരുകൾ ഊറ്റിയെ

ടുത്ത കണ്ണീരിൻെറ ചൂട് എന്റെ സിരകളെ പൊള്ളിച്ചു. വിമല ഇരു കൈകളും തലയ്ക്കു താങ്ങായി വെച്ച് നിറകണ്ണുകളോടെ എന്നെ നോക്കുകയാണ്. കവിളിലൂടെ ഒലിച്ചിറങ്ങുന്ന കണ്ണീരിൽ എന്റെ ഇളംപച്ച പ്രതിഫലിച്ചു.

എനിക്കാരുമില്ലാതായല്ലോ ദൈവമേ....

വിമലയുടെ ദീനവിലാപം കേട്ടപ്പോൾ ആദ്യം 'നിനക്ക് ഞാനുണ്ട്' എന്നു പറയാൻ തോന്നിപ്പോയി. നാവില്ലല്ലോ. പൊടുന്നനെ ഒരിളംകാറ്റ് സഹായത്തിനെത്തി. മൃദുദലങ്ങളുള്ള ഒരു ശാഖ കുനിഞ്ഞ് വിമലയുടെ കവിളിൽ തലോടി. കണ്ണീരിന്റെ ചൂടുള്ള നനവ് ഞാൻ തൊട്ടറിഞ്ഞു. പിന്നീടാണ് തോന്നിയത് വേണ്ടായിരുന്നു. തോന്ന്യാസികളോട് സഹത പിച്ചിട്ട് കാര്യമില്ല.

നീയും എന്നെ കൈവിടുവോ.....?

വിമല എന്റെനേരെ നിസ്സഹായതയുടെ നോട്ടമെറിയുകയാണ്. വീണ്ടും ആ നോട്ടത്തിൽ ദൈന്യമുണ്ട്. പരാതികളും പരിഭവങ്ങളും ഏറ്റു വാങ്ങി ആശ്വാസത്തിന്റെ വെളിപാടുകൾ നൽകാൻ ഞാൻ ദൈവ മോ, ദൈവദൂതനോ അല്ല. എങ്കിലും വിമലയ്ക്ക് പറയാനുള്ളത് എനിക്ക് കേൾക്കാനാവും. ആ കൈകളാണല്ലോ പ്രഭാതത്തിൽ വാൽക്കിണ്ടി നിറയെ തെളിവെള്ളംകൊണ്ട് എന്നിൽ ജീവൻ നിറച്ചുതരുന്നത്. ആ കൈകളാണല്ലോ മണ്ണിന്റെ മണമൂറ്റി പ്രപഞ്ചത്തിന്റെ ഈ കൊച്ചുമൂല യിൽ സൗരഭ്യം വിതറാൻ എനിക്കവസരം നൽകിയത്. ആ കൈകളാ ണല്ലോ ചിലപ്പോഴൊക്കെ കൊച്ചുകുഞ്ഞിന്റെ കീഴ്ത്താടി നുള്ളി കൊഞ്ചിക്കുമ്പോലെ കതിരില നുള്ളിയെടുത്ത് മുടിയിൽ ചൂടുന്നത്, ആ കരസ്പർശമേറ്റയിടങ്ങളിൽ തളിരുകൾ പെട്ടെന്ന് വിടരാൻ വെമ്പും, വിമലയുടെ കണ്ണീർക്കടൽ കാണാനുള്ള കണ്ണുകളെനിക്കുണ്ട്. ഹൃദയ സ്പന്ദം കേൾക്കാനുള്ള കാതുകളെനിക്കുണ്ട്. പറയൂ....

...ഒട്ടും ഇഷ്ടമില്ലാത്ത ഒരു സാധനം വേണ്ടെന്നു പറയാനും പാടില്ലേ എന്റീശ്വരാ! ഇതെന്തു ദുർവിധി! നീലേശ്വരത്തെ നാടകം കഴിഞ്ഞ് എത്തിയതേയുള്ളു ഞാൻ. മനുഷ്യരോട് പറയണമാതിരി ഒരക്ഷരം എന്നോടുരുയാടിയില്ല. പോട്ടെ, വണ്ടിക്കാളയെപ്പോലെ തല്ലുന്നതെന്തിന്? അല്ലെങ്കിലും ഞാൻ നാടകം കളിക്കാൻ പോണത് ഓർക്കിഷ്ടമില്ല. ആദ്യമൊക്കെ പറയണകേട്ട് നടന്നില്ലേ? എപ്പോ ഴെങ്കിലും ഉരിയരികൊണ്ടുത്തന്നിട്ടാണ് ഉറഞ്ഞുതുള്ളുന്നതെങ്കിൽ അത്ര യും സഹിക്കാം. ആഴ്ചയിലൊന്നോ രണ്ടോ തവണ നാലുകാലിൽ വലിഞ്ഞുകേറിവന്നെങ്കിലായി. വരുമ്പോ പ്ലാസ്റ്റിക് സഞ്ചിയിൽ അയലയോ പോത്തിറച്ചിയോ കാണും. ചോറുവെക്കാൻ അരിയില്ലെന്നു പറഞ്ഞാൽ സഞ്ചിയെടുത്ത് ഒരേറാണ്. കടംവാങ്ങിയെങ്കിലും ചോറു വെച്ചുകൊടുക്കും ഞാൻ. കഷ്ടപ്പാടിനും ഒരതിരു വേണ്ടേ? അതാണ് വീണ്ടും നാടകം കളിക്കാൻ പോയത്. മുൻപ് രോഗിയായ അച്ഛനുണ്ടാ

യിരുന്നപ്പോൾ കണ്ടെത്തിയ ജീവിതമാർഗ്ഗമായിരുന്നു നാടകം. ഒറ്റയ്ക്കിരുന്ന് ഭ്രാന്തുപിടിക്കണേക്കാളും നല്ലതല്ലേ? മാത്രമല്ല, പണ്ടേതോ നാടകത്തിലെ വേഷം കണ്ടു ഭ്രമിച്ച് പരവശനായിട്ടാത്രേ എന്നെ കെട്ടിയെടുത്തോട്ടെ എന്ന് അഗതിയായ അച്ഛനോട് അപേക്ഷിച്ചത് എന്നൊരു കഥയുണ്ട്....

വിമല അല്പനേരം മനസ്സ് ശൂന്യമാക്കി. കണ്ണുകൾ അടഞ്ഞു. ഇത്രയും കാലം തിരുമുറ്റത്ത് നിറഞ്ഞുനിന്നിട്ടും അകത്തെ നാടകം കാണാൻ കഴിയാത്തതിലെനിക്ക് സങ്കടം തോന്നി. അല്ലെങ്കിലും ഓരോ കാണിയും നോക്കുകുത്തിയാണ്. ഇപ്പോൾത്തന്നെ നോക്കൂ. വിമല എന്റെമീതെ വന്നുവീണതുകൊണ്ടല്ലേ അവരുടെ സാന്നിദ്ധ്യം പോലുമറിയുന്നത്. സ്വസ്ഥതയാണു വേണ്ടതെങ്കിൽ ഒന്നും അറിയാതിരിക്കുന്നത് നല്ലതാണുതാനും.

വിമലയുടെ മുഖത്ത് വീശുന്ന ഇളംകാറ്റിൽ ഞാൻ സുഗന്ധം നിറച്ചു. നാസിക വിടർത്തി മുഴുവൻ ഹൃദയത്തിലൊഴുക്കി. പെട്ടെന്ന് അവർ ഞെട്ടി.

....ഞാൻ മീൻ കൂട്ടിയിട്ടുണ്ട്. ഒട്ടും ഇഷ്ടമല്ലാത്ത പോത്തിറച്ചി കഴിച്ചിട്ടുണ്ട്. ഈശ്വരാ! എത്രതരം ലേബലുകളുള്ള മദ്യം കുടിച്ചിട്ടുണ്ട്! പൊറുക്കാനാവാത്ത ദൈവദോഷങ്ങൾ. ഓർക്കുമ്പോൾപ്പോലും ഞെട്ടലുണ്ടാക്കുന്ന സംഗതികൾ വേറെയുമുണ്ട്. എല്ലാം എന്റെ വിധി. ഒരു പാപിയാണ് എന്റെ ജന്മം, അതാവാം പ്രാർത്ഥനകൾക്കൊന്നും ദൈവം ചെവികൊടുക്കാത്തത്...

വിമല തേങ്ങുകയാണ്.

ഇതാണ് എല്ലാ പെണ്ണുങ്ങൾക്കുമുള്ള ദോഷം. വിധി, തലേലെഴുത്ത് എന്നൊക്കെ തീർപ്പുകല്പിച്ച് സമാധാനത്തോടെ കരയുക. ദൈവം കേൾക്കുന്നുവോ ഇല്ലയോ എന്നെനിക്കറിഞ്ഞുകൂടാ. ഞാൻ കേൾക്കുന്നുണ്ട്. ഇലകളിലേയും തണ്ടുകളിലേയും സർവ്വസുഷിരങ്ങളും കാതുകളാക്കി കാത്തിരുന്നിട്ടും ഇളംകാറ്റിന്റെ സഹായത്താൻ സാന്ത്വനസ്പർശമേകിയിട്ടും എന്റെ സജീവസാന്നിദ്ധ്യം നിങ്ങളറിയാത്തതാണ് കഷ്ടം. നിങ്ങൾ വിചാരിക്കുന്നു, ദുഃഖം നിങ്ങളുടെ മാത്രം സ്വന്തക്കാരനാണെന്ന്. ദുഃഖവും ദുരിതവും ഇല്ലാത്തവരാരുണ്ട്? നോക്കൂ, ഞാൻ വെറുമൊരു ചെടിയല്ലേ; എന്റെ കുലജന്മപുരാണം തന്നെ കൊടിയ വഞ്ചനയുടെ കഥയാണ്. കേൾക്കണോ......?

തുളസി എന്നു പേരായ ഒരു ദേവിയുടെ തലമുടിയാണത്രേ എന്റെ ആദ്യരൂപം. ശാപഗ്രസ്തയായ തുളസി ഒരിക്കൽ ഭൂമിയിൽ രാജകുമാരിയായി ജന്മമെടുത്തു. വളർന്നപ്പോൾ അസുരാധിപന്മാരായ ശംഖചൂഡന്റെ പത്നിയുമായി. സർവ്വലോകങ്ങളും കീഴടക്കി ഇന്ദ്രാസനാരുഢനായ ശംഖചൂഡനെ വകവരുത്താൻ ദേവഗണങ്ങൾ പരമശി

വനോട് കേണപേക്ഷിച്ചു. തുളസിയുടെ പാതിവ്രത്യപ്രഭാവം കാരണം ശിവനുണ്ടോ ശംഖചൂഡനെ തൊടാൻ കഴിയുന്നു. ഒടുവിൽ മഹാവിഷ്ണു ശംഖചൂഡന്റെ വേഷത്തിൽ തുളസിയെ സമീപിച്ച് പാതിവ്രത്യഭംഗം വരുത്തിയെന്നും, ആ നിമിഷംതന്നെ യഥാർത്ഥ ശംഖചൂഡനെ പരമശിവൻ നിഷ്പ്രയാസം നിഗ്രഹിച്ചു എന്നുമാണ് കഥ. തുളസിയുടെ ആത്മാവ് ഗോലോകത്തേക്ക് പറന്നുയരുകയും ശരീരം നദിയായൊഴുകുകയും ചെയ്തു. അവരുടെ തലമുടിയാണത്രേ, ഭൂലോകത്തെ പ്രഥമ തുളസിച്ചെടി.

പഴങ്കഥ കേട്ട് നിങ്ങൾ ബോറടിച്ചുകാണും, അല്ലേ? പക്ഷേ, വിമലയുണ്ടോ എന്റെ പുരാണം കേൾക്കുന്നു? ദുരന്തങ്ങൾ സാമാന്യവൽക്കരിച്ച് ആശ്വസിപ്പിക്കാനുള്ള എന്റെ ശ്രമം പാഴ്വേലയായി. സാന്ത്വനവചനങ്ങളൊന്നും തിരിച്ചറിയാനാവാതെ വിമല തുടരുകയാണ്.

....ഞാൻ കേറിവന്നതുമുതല്ക്കാണത്രേ ബിസിനസ്സ് പൊളിഞ്ഞു പാളീസായത്. അതിനു മുൻപ് ലോകം കൊടികുത്തിവാഴുകയായിരുന്നു എന്നാണ് വിചാരം. മദ്യത്തിൽ മുക്കിയ പുലഭ്യം കേൾക്കാൻ ഇലക്ട്രിക് പോസ്റ്റുപോലും തയ്യാറില്ലാത്തപ്പോൾ എന്നെ കെട്ടിക്കൊണ്ടുവന്നു എന്നതല്ലേ നേര്? കാൽക്കാശിന് വകയില്ലാത്ത അച്ഛൻ ഇരുവശവും നോക്കിയില്ല ആഴ്ചയിൽ വീട്ടിലുണ്ടാവാറുള്ള ഓന്നോ രണ്ടോ ദിവസം മാത്രം കുടിച്ച മദ്യത്തിന്റെ കണക്ക് പടിഞ്ഞാറ്റയിലെ കുപ്പികളുടെ കൂമ്പാരം പറയും. കുറച്ചുകാലമായി എന്റെ മുയലുകളാണ് പ്രധാന ശത്രു. രണ്ടുമുയലുകൾക്ക് ആഴ്ചയിൽ അരക്കിലോ കാരറ്റ് വാങ്ങിയാൽ ഒരു കുടുംബം മുടിഞ്ഞ് മുള്ളുവാരുമോ? ഈശ്വരാ, എനിക്കു കൂട്ടായി ആകെയുണ്ടായിരുന്ന മുയലുകൾ!....

മുയലുകളെപ്പറ്റി ഓർക്കുമ്പോൾ വിമലയുടെ കണ്ണുകൾ വീണ്ടും സജലങ്ങളാവുന്നു. ആരും ലാളിച്ചുപോകുന്നവയാണ് ആ മുയലുകൾ. അവയെ വെറുക്കാൻ കഴിയണമെങ്കിൽ ആ മനുഷ്യന്റെ ഹൃദയത്തിന്റെ സ്ഥാനത്ത് കരിങ്കല്ലോ മറ്റോ ആയിരിക്കും. മിനുത്ത ശരീരമുള്ള ഓമന മുയലുകൾ മുറ്റത്തൂടെ പലപ്പോഴും ഓടിക്കളിക്കുന്നത് കണ്ടിട്ടുണ്ട്. ചിലപ്പോഴൊക്കെ എന്റെ തറയിൽ വന്നിരുന്ന് ചുറ്റുമുള്ള പുൽനാമ്പുകൾ കടിച്ചു തിന്നും. വിമലയ്ക്ക് അവ സ്വന്തം മക്കളായിരുന്നു. അവയ്ക്ക് വിമലയുടെ ലാളനയിൽ സ്വർഗ്ഗതുല്യമായ സംതൃപ്തി, അസ്വാതന്ത്ര്യത്തിന്റെ അതിരുകളെക്കുറിച്ച് വ്യാകുലപ്പെടാതെ അവ മുറ്റത്തും മരക്കൂടിലും അകത്തളങ്ങളിലും പുൽക്കാടുകളിലും വിമലയുടെ ചുമലുകളിലും എന്റെ തറയിലും സ്വച്ഛന്ദം വിഹരിച്ചു. ആ മുയലുകളെപ്പറ്റിയാണ് വിമല പറയുന്നത്.

....ഞാൻ നവഭാരത് തിയേറ്റേഴ്സിലുണ്ടായിരുന്ന സമയം. അവരുടെ അവസാനത്തെ നാടകം 'സത്യമേവ ജയതേ'യിൽ ഭ്രാന്തിയായ നാ

യികയുടെ വിനോദമായിരുന്നു മുയൽ വളർത്തൽ. അരങ്ങിലെ ഭ്രാന്തിക്കും അണിയറയിലെ ഭ്രാന്തിക്കും സമാനതകളേറെയുണ്ടായിരുന്നു. പത്തുപന്ത്രണ്ടു സ്റ്റേജുകളേ ലഭിച്ചിരുന്നുള്ളൂവെങ്കിലും മുയലുകൾ എന്റെ ആത്മമിത്രങ്ങളായി. നാടകക്കമ്പനി പൊളിഞ്ഞപ്പോൾ അവയെ എനിക്ക് സ്വന്തമായിക്കിട്ടി. വിരസജീവിതത്തിന് അവ ഒട്ടൊന്നുമല്ല സഹായിച്ചത്. അവയെനിക്ക് ജീവിക്കാനുള്ള ധൈര്യം തന്നു. ഇരുൾക്കാടുകൾ നിറഞ്ഞ മനസ്സിലെവിടെയോ നന്മയുടെ ഒരു തുണ്ട് വെളിച്ചം നിലനിർത്താനുള്ള പ്രേരണ പകരുന്നു. എന്നാലിന്ന് നാടകം കഴിഞ്ഞെത്തി പടികയറുമ്പോൾ ഒഴിഞ്ഞ കൂടാണ് ഞാൻ കണ്ടത്. അമ്പരപ്പോടെ അകത്തുകടന്നപ്പോൾ അദ്ദേഹത്തോടൊപ്പം മറ്റൊരാളും ഉണ്ടായിരുന്നു . എന്നോടൊന്നും മിണ്ടിയില്ല. ഞാൻ അകത്തെ ഓരോ മൂലയിലും മുയലുകളെ പരതി. മുറ്റത്തും പുൽച്ചെടികൾക്കിടയിലും മരക്കൊമ്പത്തും നോക്കി. കണ്ണെത്തുന്ന ദൂരത്തൊന്നും അവയെ കാണാനില്ല. അകത്തു വന്ന് അദ്ദേഹത്തോടു ചോദിച്ചു. ''എന്റെ മുയലുകളെവിടെ?'' മദ്യത്തിന്റെ മണമുള്ള പൊട്ടിച്ചിരിക്കുശേഷം ''അതാ അവിടെ'' എന്നു പറഞ്ഞ് മുകളിലേക്ക് കൈചൂണ്ടി. മോന്തായത്തിലെ മാറാലകൾ നോക്കി അമ്പരന്നു നിൽക്കവേ അദ്ദേഹത്തിന്റെ ശബ്ദത്തിന് കാഠിന്യമേറി. ''നെന്റെ മുയലിനെ നോക്കാൻ എനിക്ക് ശമ്പളം തരുന്നുണ്ടോടീ നായിന്റെ മോളെ? രാത്രി മുഴുവൻ സത്രത്തിലും തെരുവിലും തെണ്ടിത്തിരിഞ്ഞ് കേറി വന്നിരിക്കുന്നു അവൾടെ അപ്പൻ മുയലിന്റെ നാല്പതിന്.'' പുലഭ്യം കേട്ടു തഴമ്പിച്ച കാതുകൾക്കിതിൽ പുതുമയില്ല, എന്നുമെന്നപോലെ അകത്ത് കട്ടിലിൽ കമിഴ്ന്നുകിടന്നു. ''അപ്പുറം ഒരാൾ ഇരിക്കണ കണ്ടില്ലേടീ. നീയിവിടെ കെടന്നൊറങ്ങ്വാ?'' അദ്ദേഹം എന്നെ പിന്തുടർന്നു. ഓർക്കാപ്പുറത്തുള്ള ഒരടിയിൽ വേദനയില്ലാതെ ചത്തു പോകണേ എന്നു പ്രാർത്ഥിച്ച് ഏറെ നേരം അവിടെത്തന്നെ കിടന്നു. കുഴഞ്ഞ കൈകൾകൊണ്ട് അദ്ദേഹം എന്നെ വലിച്ചെഴുന്നേൽപ്പിക്കാൻ ശ്രമിക്കുന്നുണ്ടായിരുന്നു. ഭാരത സ്ത്രീയുടെ വാഴ്ത്തപ്പെട്ട ഭാര്യത്വം നിലനിർത്താൻ ഞാൻ എണീറ്റ് അദ്ദേഹത്തോടൊപ്പം ഇറച്ചിയുടേയും മദ്യത്തിന്റേയും രൂക്ഷഗന്ധമുള്ള മുറിയിലേക്കു പോയി. മദ്യം മൂന്നു ഗ്ലാസ്സുകളിൽ നിറയ്ക്കപ്പെട്ടു. വേണ്ടെന്നു പറഞ്ഞില്ല. പ്ലേറ്റിലെ ഇറച്ചിക്കറി എനിക്കുനേരെ നീട്ടി. അതു ഞാൻ വാങ്ങിയില്ല. വർദ്ധിച്ച വാശിയോടെ അദ്ദേഹം എഴുന്നേറ്റ് ഒരു കഷ്ണം ഇറച്ചിയെടുത്ത് എന്റെ വായിൽ കുത്തിക്കയറ്റാൻ നോക്കി. ഞാനും വിട്ടുകൊടുത്തില്ല. മുഴുവൻ ശക്തിയും ഉപയോഗിച്ച് അത് തട്ടിത്തെറിപ്പിച്ചു. ദൈവമേ, ജീവിതത്തിലാദ്യമാണ് അദ്ദേഹത്തോട് ധിക്കാരം കാട്ടിയത്! എന്നോടു പൊറുക്കണം. കുറ്റബോധമെനിക്കുണ്ട്. അത് പ്രകടമാക്കുന്നതിനു മുൻപ് ഇരമ്പുദണ്ഡിന്റെ ശക്തിയുള്ള കൈ എന്റെ കവിളിൽ ആഞ്ഞുപതിച്ചു. വേദന കടിച്ചുനിൽക്കുന്ന എന്നെ നോക്കി കസേരയിൽ നിന്നെഴുന്നേൽക്കാനാവാതെ അതിഥി വന്യമായി ചിരിക്കുകയാണ്.....

....ചിരിയുടെ പശ്ചാത്തലത്തിൽ പൊടുന്നനെ അദ്ദേഹത്തിന് രാക്ഷസ രൂപം കൈവന്നു. കണ്ണിൽ കണ്ടതെല്ലാം തട്ടിത്തെറിപ്പിച്ചു. ബാഗും വസ്ത്രങ്ങളും വലിച്ചെറിഞ്ഞു. നടുപ്പുറത്ത് ചവുട്ടി എന്നെയിങ്ങനെ തള്ളിയിട്ടിരിക്കയാണ്. ഈശ്വരാ, എന്നെ രക്ഷിക്കാൻ അങ്ങേയ്ക്കും കഴിയില്ലേ....!

വിമല തേങ്ങുകയാണ്.

എനിക്കെന്താണ് ചെയ്യാൻ കഴിയുക? വിമല എന്നെ വല്ലാതെ തെറ്റിദ്ധരിച്ചിരിക്കയാണ്. ഈശ്വരനും ഞാനും തമ്മിലെന്ത്? തലമുറകളായി പൂജാരിയുടെ ഹൃദയത്തിന്റെ അഗാധതയിൽ നിന്നും കരിങ്കൽ വിഗ്രഹത്തിലേക്ക് ജപിച്ചെറിയപ്പെടുന്ന പൂജാദ്രവ്യങ്ങൾക്കിടയിൽ ചെറുതല്ലാത്ത ഒരു സ്ഥാനം എന്റെ ദലങ്ങൾക്കുണ്ടെന്നതു ശരിതന്നെ. വിഗ്രഹത്തിനുമേൽ ചാർത്തപ്പെടുന്ന മാലകളുടെ വർണ്ണശബളിമയിൽ നിയോഗംപോലെ കോർക്കപ്പെടുന്നുണ്ടെന്നതും ശരിതന്നെ. ഇതെല്ലാമായിട്ടും വിമല വിചാരിക്കുമ്പോലെ ജഗദീശ്വരപ്രഭാവത്തെ സ്പർശിക്കാൻ എനിക്കു സാധിക്കില്ല, ക്ഷമിച്ചാലും....

എങ്ങുനിന്നോ വന്ന ഒരു ഈറൻ കാറ്റിൽ ഒരിക്കൽകൂടി ആവുന്നത്ര സുഗന്ധം നിറച്ച് വിമലയുടെ വിശുദ്ധിയിലൊഴുക്കി. കനൽക്കട്ടയായി മാറിയ തലച്ചോറിൽ അത് ചാറ്റൽമഴയായി പെയ്തു. എനിക്കിതല്ലേ ചെയ്യാൻ കഴിയൂ?

●

എരിഞ്ഞടങ്ങിയ പകൽ

ചപ്പുചവറുകൾകൊണ്ട് പാതിമൂടിയ കുളത്തിന്റെ പുല്ലുകയറിയ കൽപ്പടവുകളിൽ ഇരുന്ന് പുതുതായി എഴുതാൻ പോകുന്ന കഥയുടെ ഇതിവൃത്തം മെനയുകയായിരുന്നു ഞാൻ. ഇതിനേക്കാൾ ഏകാന്തത പഞ്ചായത്ത് മൈതാനിയിലും, അമ്പലത്തിന്റെ ആൽത്തറയിലും ലഭ്യമാണെന്നറിയാഞ്ഞിട്ടല്ല. തേങ്ങാത്തൊണ്ടുകളും ചപ്പുചവറുകളും മാലിന്യങ്ങളും നിറഞ്ഞ കുളത്തിന്റെ ഇളകിയ കല്ലുകളിലിരുന്ന് മനസ്സു പായിച്ചാൽ കഥയ്ക്കനുകൂലമായ അന്തരീക്ഷസൃഷ്ടിക്ക് സഹായകമാകും.

പ്രകാശൻ, പ്രകാശന്റെ അമ്മ, അച്ഛൻ, മുത്തച്ഛൻ എന്നിവരെയാണ് വരും ദിവസങ്ങളിൽ കടലാസിൽ കുടിയിരുത്തേണ്ടത്. ആരിൽനിന്നാണ് തുടങ്ങേണ്ടത്?

കിടപ്പിലായ മുത്തച്ഛന്റെ തുപ്പലുകൾ നിറഞ്ഞ കോളാമ്പിയുമായി അമ്മ മുറ്റത്തിറങ്ങുമ്പോൾ പ്രകാശൻ വള്ളിട്രൗസറിട്ട് ആരാന്റെ പറമ്പിലൂടെ വട്ടമുരുട്ടുകയാണ്.

ഇങ്ങനെ തുടങ്ങിയാൽ, മൂന്നു കഥാപാത്രങ്ങളുടേയും സ്വഭാവം ആദ്യവരിയിൽത്തന്നെ വായനക്കാർക്ക് പകർന്നുകൊടുക്കാം. പ്രകാശന്റെ വട്ടം ഒരു പ്രതീകമാക്കി വളർത്തിക്കൊണ്ടുവരണം. ഭൂതത്തിൽനിന്ന് വർത്തമാനത്തിലേക്കും, പിന്നെ ഭാവിയിലേക്കും ഉരുളുന്ന വട്ടം.

കാലത്ത് എണീറ്റയുടനെ തുടങ്ങിയതാണ്. കൊല്ലനപ്പ ഇരുമ്പുകമ്പി

വളച്ച് കെട്ടിക്കൊടുത്ത വട്ടം പ്രകാശന് കൈകാലുകൾ പോലുള്ള അവയലമാണ്.

പ്രകാശന്റെ ഉന്മാദചലനങ്ങൽ ചിത്രീകരിക്കണമോ, അമ്മയുടെ ദുഃഖവും ദുരിതവും പെരുപ്പിച്ച് അതുവഴി സ്ത്രീസമൂഹം നേരിടുന്ന പ്രതിസന്ധികൾ സാമാന്യവൽക്കരിക്കണമോ എന്നാണ് സംശയം.

കമലയുടെ നെടുവീർപ്പ് നോക്കൂ.

''എല്ലാരും ഉസ്കൂൾന്ന് പഠിപ്പും പരീക്ഷയുമായി നടക്കുമ്പോ എന്റെ ചെക്കൻ മാത്രമല്ലേ ദൈവേ എട്ടും പൊട്ടും തിരിയാത്തോനായിപ്പോയത്!''

ദുർവിധി നൂറായിരമുണ്ടെങ്കിലും പുത്രസ്നേഹത്തിന് പ്രസക്തിയുണ്ട്. എട്ടും പൊട്ടും തിരിയാത്തോനാണെങ്കിലും പ്രകാശനെ തന്മയത്വത്തോടെ അവതരിപ്പിക്കണം.

കവുങ്ങുകൾക്കും തെങ്ങുകൾക്കുമിടയിൽ വളച്ചും തിരിച്ചും, വട്ടമുരുട്ടാൻ പ്രകാശന് മിടുക്കാണ്. നേരം വെളുത്താൽ ഇരുട്ടുന്നതുവരെയാണ് തൊഴിൽ. പറമ്പിനുതാഴെ വിശാലമായ നെൽവയലുകളുണ്ട്. അവടേക്കൊന്നും പ്രകാശൻ ചക്രം തിരിക്കില്ല. വീടിനുചുറ്റുമുള്ള പറമ്പിനു പുറത്ത് കണ്ണിമത്സ്യത്തെ കരയിൽ പിടിച്ചിട്ടാലത്തെ അവസ്ഥയാണ് പ്രകാശന്.

ഇപ്രകാരം കഥ മുന്നോട്ടുനീങ്ങവേ അമ്പലത്തിൽ ഒരു ബഹളം കേട്ടു. കഥാഗതി മുറിഞ്ഞുപോയേക്കുമോ എന്ന ഭീതിയുണ്ടെങ്കിലും എഴുന്നേറ്റു നോക്കി. ശരണം വിളിയുമായി അമ്പലങ്ങളായ അമ്പലങ്ങളൊക്കെയും ശയനപ്രദക്ഷിണം ചെയ്ത് മുക്തിമാർഗ്ഗം തേടുന്ന സ്വാമിമാരാണ്.

കഥ മുറിയുകയില്ല, വഴി തെളിയുകയാണ്.

കമല അച്ഛനെ കട്ടിലിന്റെ മൂലയിലേക്ക് ഉരുട്ടുന്നു. മൂത്രം മണക്കുന്ന വിരിപ്പ് മാറ്റി അലക്കി ഉണക്കിയ മറ്റൊന്നു വിരിച്ചു. എല്ലും തോലുമായ ശരീരം, നനഞ്ഞ തോർത്തുകൊണ്ട് തുടച്ചു.

ഇന്നോ നാളെയോ എന്ന മട്ടിലാണ് ഈ മനുഷ്യന്റെ കിടപ്പ്. ദേഹാമാസകലം മരണം നക്കിത്തീർത്തിരിക്കുന്നു. മൂക്കത്തെത് കടുകുമണിയോളം ജീവൻ ബാക്കികിടപ്പുണ്ട്

കമല ഒരു യന്ത്രമാണ്. നിസ്സംഗയെങ്കിലും ചിന്ത പലപ്പോഴും പ്രകാശനിലേക്കു നീളുകയാണ്.

പ്രകാശൻ കണ്ണുതുറന്നത്, ചിരിച്ചത്, തലതാനെ ഉയർത്തിപ്പിടിച്ചത്, കമിഴ്ന്നത്, ഒറ്റയ്ക്ക് ഇരുന്നത്, നീന്തിയത്, പല്ലുമുളച്ചത്. മുറുകെ പിടിച്ചത്, പിടിക്കാതെ എഴുന്നേറ്റത്, നടന്നത്.

വട്ടവുമായി പറമ്പിലൂടെ ഓടിക്കലിക്കുന്ന പ്രകാശൻ.

''എന്തായാലും വായിൽ തുപ്പലൊലിപ്പിച്ച് വീടിന്റെ ഉമ്മറത്ത് ചടഞ്ഞിരിക്കുന്ന പ്രകൃതമല്ലല്ലോ, പ്രകാശന്റേത്. പറമ്പിലൂടെ ഓടിക്കളിക്കുന്നുണ്ടല്ലോ, പാത്രത്തിലുണ്ണുന്നുണ്ടല്ലോ, കക്കൂസിൽ തൂറുന്നുണ്ടല്ലോ. അത്രയും നല്ലതല്ലേ! ഓന്റെ പുത്തി തെളിഞ്ഞുവരും കമലേ, നീ ബേജാറാവണ്ട''

അയൽക്കാരുടെ ആശ്വാസദായകമായ വാക്കുകൾ.

പ്രകാശനെ ചികിൽസിക്കാത്ത ഡോക്ടർമാരില്ല. കഴിക്കാത്ത മരുന്നുകളില്ല. മോന്റെ ബുദ്ധിതെളിഞ്ഞുവരാൻ സർവ്വതും വിറ്റുപെറുക്കി. ഒടുവിൽ കടംകേറി മുടിഞ്ഞത് മിച്ചം അച്ഛൻ തോറ്റ് പിൻവാങ്ങി. ഇനി അമ്മയുടെ ഊഴമാണ്. പ്രയോജനമില്ലെന്നറിയാമെങ്കിലും അയൽക്കാരുടെ കുത്തുവാക്ക് ഭയന്ന് ഇല്ലിപ്പുറത്തെ മൊടോൻ വൈദ്യരുടെ മരുന്നും മന്ത്രവുമായി ദിവസം തള്ളിനീക്കുന്നു. കമലയുടെ രണ്ടിറ്റു കണ്ണീർ അച്ഛന്റെ നെഞ്ചിൽ വീണു.

പ്രകാശനിലേക്ക് കഥ തിരിച്ചുവിടുകയാണെങ്കിൽ പോസ്റ്റ് മോഡേൺ അവസ്ഥയിൽ അനന്തസാദ്ധ്യതകളാണ്. സ്ത്രീ എന്ന രീതിയിൽ കമല അനുഭവിക്കുന്ന പീഡനങ്ങൾക്കും നല്ല മാർക്കറ്റുണ്ട്. ഏതു പാത സ്വീകരിക്കണം എന്ന ചിന്തയിൽ മനസ്സു പുകയ്ക്കവേ ഒരു ഉന്തുവണ്ടി കുളത്തിനരികെ വന്നു. ഗ്രാമത്തിലെ മാലിന്യങ്ങളാണ്. വന്നു വന്ന് ഗ്രാമത്തിലും മാലിന്യം. കണ്ണ് പൂട്ടിത്തുറക്കുമ്പോഴേക്കും ഗ്രാമം നഗരമായി മാറിയിരിക്കും. വയലുകളും നീർച്ചോലകളും തെങ്ങിൻ തോപ്പും കായലും കുളങ്ങളും ഒക്കെയുണ്ടായിരുന്ന ഗ്രാമത്തിന് ഇപ്പോൾ പുതിയ മുഖമാണ്. ഇപ്പോൾത്തന്നെ നോക്കൂ. തന്റെ മുന്നിലുള്ള കുളം എത്രയെത്ര മനുഷ്യരെ നീന്താൻ പഠിപ്പിച്ചിട്ടുണ്ട്. വേനൽക്കാലത്ത് എത്രയെത്ര വരണ്ട തൊണ്ടകളുടെ ദാഹം ശമിപ്പിച്ചിട്ടുണ്ട്. ഇന്ന് പാതിയോളം കെട്ടുനാറിയ ജലം. ബാക്കി ചവറ്റുകൊട്ട.

ഉന്തുവണ്ടി കുളത്തിലേക്ക് ചെരിഞ്ഞു. കുളം നിറഞ്ഞു കഴിഞ്ഞാൽ മാലിന്യങ്ങൾക്കിടമെവിടെ? സമീപഭാവിയിൽത്തന്നെ ചവറുകൾ നിറഞ്ഞ ഭീമാകാരമായ ഉന്തുവണ്ടികൾ നമ്മുടെ മീതെ കമിഴ്ത്തപ്പെടും.

ഒരു നിമിഷത്തേക്ക് മനസ്സു മരവിച്ചു.

ആലോചിച്ച് തലപുണ്ണാക്കേണ്ട കാര്യമല്ല ഇതൊന്നും. കഥ എവിടയാണ് നിർത്തിയത്? ജലാശയത്തിൽ കല്ലുവീണപ്പോൾ മാഞ്ഞുപോയ പ്രതിബിംബംപോലെ കഥ നഷ്ടമായിരിക്കുന്നു.

കീശയിലുണ്ടായിരുന്ന ഒരു ബീഡിയെടുത്ത് തീകൊളുത്തി. ഒന്നനു രണ്ടു പുക ആകാശത്തേക്കൂതിവിട്ടു.

അടുപ്പിനരികെ കരഞ്ഞുകലങ്ങിയ കണ്ണുകളുമായി നിശ്ചേഷ്ടയായി

ഇരിക്കുന്ന കമലയുടെ ചിത്രം പതുക്കെ തെളിഞ്ഞുവന്നു.

കമലയ്ക്ക് ആദ്യമൊക്കെ വലിയ സ്വപ്നങ്ങളുണ്ടായിരുന്നു. പ്രകാശന്റെ അച്ഛന്റെകൂടെ സിനിമയ്ക്കു പോവുക, ടൗണിലെ തുണിക്കടയിൽ പോയി സാരി വാങ്ങുക, ഹോട്ടലിൽ ഒരുമിച്ചിരുന്ന് കാപ്പി കഴിക്കുക, മണമുള്ള പൗഡറിടുക, കണ്ണെഴുതുക, പൊട്ടുതൊടുക...

എല്ലാ ആഗ്രഹങ്ങളും ചുരുക്കി കമല ഒരു മരക്കഷ്ണമായി മാറിയിരിക്കുന്നു. നിസ്സാരമായ ആഗ്രഹങ്ങൾ എന്നിട്ടും അവശേഷിക്കുന്നു. മാടായിക്കാവിൽ തൊഴണം. പറശ്ശിനിയിൽ പോയി തിരുവപ്പന നേരണം.

മനസ്സുവരുന്നില്ല.

ദൈവത്തിന്റെ വിളി കാത്ത് കിടക്കുന്ന അച്ഛൻ. വഴിവിട്ട് എങ്ങും പോകില്ലെങ്കിലും പ്രകാശന്റെ നേർക്ക് ഒരു കണ്ണുവേണം. എല്ലാറ്റിനുമുപരി പ്രകാശന്റെ അച്ഛന് ഏതു നേരത്തും കേറിവരാം. നാലു കാലിലായിരിക്കും വരവ്. കറിയിൽ ഉപ്പു കുറഞ്ഞതിന്; ചോറല്പം കൂടുതൽ വെന്തതിന്; തെക്കോട്ടു തിരിഞ്ഞതിന്; വടക്കോട്ടു നോക്കിയതിന്; ഉടുത്തതിന്; ഉടുക്കാത്തതിന്... സർവ്വതിനും കുറ്റമാണ്. കണ്ണിൽ കണ്ടതെല്ലാം ചവുട്ടിപ്പൊളിക്കും. കൈയിൽ കിട്ടിയതെല്ലാം കമലയുടെ പെരടിക്കെറിയും. പ്രകാശനെ പെറ്റത് കമലയല്ലേ? ചികിത്സ നടത്തി നടത്തി ഓറ് ഒരു വകയായി എന്നത് ശരിതന്നെ. അതിന് വീട്ടിൽ വെളിച്ചപ്പാടാകണോ? വീട്ടിൽ മാത്രമല്ല, നാട്ടിലും അസ്സല് പെരുമാറ്റമാണ്. കുടിച്ചാൽ പള്ളയിൽ കിടക്കില്ല. കാണുന്നോരുടെ മേക്കിട്ട് കേറും. ആരുടെയെങ്കിലും തല്ലു കിട്ടിയില്ലേൽ ഓർക്കു ഉറക്കം വരില്ല.

തലവിധിയിൽ കണ്ണീർവാർക്കുന്ന കമല.

അടുപ്പിൽനിന്നും കഞ്ഞി കോരി പിഞ്ഞാണത്തിലൊഴിച്ച് ആറാൻവെച്ചു. പ്രകാശൻ ഇപ്പോഴെത്തും, സന്ധ്യ കഴിഞ്ഞിരിക്കുന്നു.

പൂർവ്വകല്പിതമായ ഇതിവൃത്തം മനസ്സിലില്ല. ഇനിയെന്ത്? കഥാപാത്രങ്ങളുടെ ചലനങ്ങൾ ഇപ്രകാരം തുടരുകയേ നിവൃത്തിയുള്ളൂ. പ്രകാശിന്റെ വട്ടംപോലെ ഒരേ രീതിയിൽ ചലിക്കുകയാണ് അവരുടെ നിയോഗം. എങ്കിലും കഥയ്ക്കൊരു ക്ലൈമാക്സ് വേണ്ടേ? കവിത്വം തുളുമ്പുന്ന അന്ത്യം വേണ്ടേ? അതിന് ഒരു പോംവഴിയേ മുന്നിലുള്ളൂ കഥാപാത്രങ്ങളുടെ പൊരുമാറ്റത്തിൽ കാതലായ മാറ്റം വരുത്തുക. അത് ഇങ്ങനെ.

പ്രകാശന് അന്നാദ്യമായി നെൽവയലിലേക്കിറങ്ങാൻ തോന്നുന്നു. വരമ്പുകളിലെ നേർരേഖയിൽ തെന്നിമാറാതെ വട്ടമുരുട്ടുകയാണ് ലക്ഷ്യം. വയലിൽ സന്ധ്യ കനത്തു. ചെളിയിൽ വഴുതിവീഴാതെ, വരമ്പുകളിൽ തടഞ്ഞുവീഴാതെ പ്രകാശൻ ശരവേഗത്തിൽ വട്ടമുരുട്ടവേ

പൊടുന്നനെ തോട്ടുവക്കത്ത് ഒരു ഞെരക്കം കേട്ടു.

ചെകുത്താൻ ഭയപ്പെടുത്തുകയാണ്.

തിരിഞ്ഞുനോക്കിയില്ല.

ഞരക്കം ഉച്ചത്തിലാവുന്നു. അമ്മേ, അയ്യോ എന്നൊക്കെയാണ് വിളി. ദൈവത്തിന്റെ വിളിയാണെങ്കിലോ? പ്രകാശൻ രണ്ടും കല്പിച്ചു തോട്ടിലേക്കെത്തിനോക്കി. മനുഷ്യജന്മം തന്നെ. ചെളിയിൽ കമിഴ്ന്നു കിടക്കുന്നു. അടുത്തു ചെന്ന് ചാഞ്ഞും ചെരുഞ്ഞും നോക്കി, തൊട്ടും തടവിയും നോക്കി, ഒടുവിൽ മനസ്സിലായി.

അച്ഛനാണ്.

വട്ടം തോട്ടിലെറിഞ്ഞ് പ്രകാശൻ കൈക്കുമ്പിളിൽ വെള്ളവുമായി വന്നു. അച്ഛന്റെ ചുണ്ടുലിറ്റിച്ചു.

അച്ഛൻ പതുക്കെ കണ്ണുതുറന്നു. അയാൾക്ക് കണ്ണുകളെ വിശ്വസിക്കാനായില്ല. പൊട്ടനായ മകൻ കൈനിറയെ ജീവൻ കോരിയൊഴിക്കുന്നു.

തൊണ്ടയിലൂടെ വെള്ളമിറങ്ങുന്നത് പ്രകാശൻ നോക്കിനിന്നു. ശ്വാസം വീണ്ടു കിട്ടിയപ്പോൾ അയാൾ ചെളിയിൽ കൈകുത്തിയിരുന്നു. പ്രകാശൻ തോളിൽ കൈയിട്ട് എഴുന്നേല്പിച്ചു. തോട്ടുവരമ്പിലൂടെ നടത്തിച്ചു. വഴിമദ്ധ്യേ, വഴങ്ങാത്ത നാവുകൊണ്ട് അയാൾ പറഞ്ഞു.

''ഇരുമ്പുലക്കപോലെത്തെ കൈയായിരുന്നു. തിരിഞ്ഞുനോക്കാനുള്ള സമയം പോലും കിട്ടുന്നേനുമുൻപേ തലയും കാലും ചേർത്തു പിടിച്ച് ഒരു ഞേറ്റൽ. പിന്നെ ആകാശത്തേക്കൊരു വീശൽ. ഷാപ്പിൽ നിന്ന് ഇറങ്ങിവരുമ്പോ പിന്നെ ഒരംകാട്ടാനുള്ള ശേഷിയുണ്ടാവ്വോ? ചെളിയിൽ മൂക്കുകുത്തിയാ വീണത്. വാരിയെല്ലുകൾ നുറിങ്ങിപ്പോയി. കാൽമുട്ടിന്റെ ചിരട്ട പൊട്ടി. കഴുത്ത് ഉളുക്കി. വായിൽ ചോരേടെ ഉപ്പുരസം. പിടഞ്ഞെണീക്കാൻ നോക്കുമ്പം കണ്ണിൽ ഇരുട്ടുകേറി. ചത്തു എന്നു സമാധാനിച്ച് കിടക്കാര്ന്നു. അപ്പാഴാ ന്റെ മോൻ അമൃത് കൊണ്ട്ത്തന്നത്....''

പ്രകാശൻ അച്ഛനെ മുറുകെ പിടിച്ചു. വീട്ടിലേക്കുള്ള കണ്ടികയറവേ, മകനെ കാണാഞ്ഞതിൽ വ്യാകുലയായി ഇരുട്ടിൽ കണ്ണുകൂർപ്പിച്ചിരിക്കുന്ന അമ്മയ്ക്ക് അദ്ഭുതം.

മേൽ കഴുകി വന്ന് ഇരുവരും കഞ്ഞികുടിച്ചു.

ഭർത്താവിന്റെ വായിൽ നിന്ന് ചീത്തവാക്കുകൾ ഉതിരുന്നില്ല. കഞ്ഞി കമിഴ്ത്തുന്നില്ല. കണ്ണിൽ കണ്ടതൊന്നും തച്ചുടയ്ക്കുന്നില്ല.

പ്രകാശന്റെ കൈയിൽ വട്ടമില്ല.

മൊടോൻവൈദ്യരുടെ ചികിൽസ ഫലിച്ചുവോ? ദൈവങ്ങളായ ദൈവങ്ങളൊക്കെയും കടാക്ഷിച്ചുവോ?

അപ്പോഴേക്കും അകത്തുനിന്നും വിറയാർന്ന വിളി കേട്ടു.

''കമലേ....''

ചെന്നു നോക്കിയപ്പോൾ അച്ഛൻ എഴുന്നേറ്റിരിക്കാൻ നോക്കുന്നു. കണ്ണുകൾക്ക് ജീവൻ. കൈകൾക്ക് ജീവൻ, ദേഹമാസകലം ജീവൻ ഇഴയുന്നു.

ഈശ്വരാ, എന്തു കാഴ്ചയാണിത്!

കമലയുടെ സന്തോഷം അകത്തും പുറത്തും; അട്ടത്തും അടുക്കളയിലും; മുറ്റത്തും വരാന്തയിലും ഒഴുകിനടന്നു. പറമ്പിലെ മാവിൻ കൊമ്പിൽനിന്ന് പറന്നുയരുന്ന പക്ഷികളുടെ ചിറകടിയൊച്ച. തുള്ളിത്തുളുമ്പിയൊഴുകുന്ന കുഞ്ഞരുവിയുടെ കളകളാരവം.

ഈ അവസ്ഥയിൽ കഥ നിർത്തുന്നതാണ് ഉത്തമം. കഥ ശുഭാന്തമാകണമെന്നേ ആഗ്രഹമുണ്ടായിരുന്നുള്ളൂ. ഫാന്റസി, സർറിയലിസം തുടങ്ങിയ ഏർപ്പാടുകളൊന്നും വഴങ്ങുന്ന സംഗതികളല്ല. ദ്രുതഗതിയിലുള്ള വഴിത്തിരിവ് വായനക്കാർക്ക് തെല്ലെങ്കിലും അരോചകം സൃഷ്ടിക്കുമെങ്കിലും ഒരു ഗുണപാഠകഥയിൽ ഇതൊക്കെ സംഭാവ്യമാണ്. ഗുരുസ്ഥാനീയരായ വായനക്കാർ എല്ലാം പൊറുക്കും.

രാവേറെ കഴിഞ്ഞിരിക്കുന്നു. പുലരുന്നതിനിടയിൽ ആവശ്യമായ പൊടിപ്പും തൊങ്ങലും ചേർത്ത് കടലാസിൽ കഥ ഇറക്കിവെക്കണം. പ്രധാന പോയിന്റുകളൊന്നും എഴുത്തുമുറിയിലെത്തുംവരെ മറന്നുപോകരുതേ എന്നു പ്രാർത്ഥിച്ചുകൊണ്ട് ഞാൻ എഴുന്നേറ്റു.

പൊടുന്നനെ സിംഹഗർജ്ജനംപോലെ ഒരു ജീപ്പ് കുളത്തിനു സമീപം ബ്രെക്കിട്ടു. കൂമൻകണ്ണുകൾ ജ്വലിച്ചു കെട്ടു.

ജീപ്പിൽനിന്നും ഇറങ്ങിയ മൂന്നു പുരുഷന്മാർ ചേർന്ന് ഒരു സത്രീയെ ഞേറ്റിയെടുത്ത് കുളത്തിലേക്ക് വീശിയെറിയുന്നു.

ഞാൻ കുറ്റിച്ചെടികൾക്കിടയിൽ മാറിനിന്നു.

തലഭാഗം പിടിച്ചിരിക്കുന്നത് പ്രകാശൻ. കാലുകൾ കുട്ടിപ്പിടിച്ചിരിക്കുന്നത് അച്ഛൻ. നടുഭാഗം താങ്ങിയിരിക്കുന്നത് മുത്തച്ഛൻ. വിശ്വസിച്ചാലും ഇല്ലെങ്കിലും ഈ കണ്ണുകൾ കൊണ്ടു കണ്ടതാണ്. ദൈവമേ, കഥ കാര്യമാവുകയാണണല്ലോ!

●

ഭൂമിയിലേക്കുള്ള പടവുകൾ

അയാളുടെ ജീവനില്ലാത്ത തടിച്ച കൈ തന്റെ അടിവയറ്റിൽ നിന്ന് വലിച്ച് മാറ്റിയിട്ട ശേഷം അവൾ എഴുന്നേറ്റിരുന്നു. നടുനിവർത്തിയപ്പോൾ എവിടെയൊക്കെയോ ഞെരങ്ങി. എല്ലുകൾ മുറികൂടുന്നതിന്റെ വേദന. മേലാസകലം നീറ്റൽ.

ഭൂമിയിലായിരുന്നില്ല.

ചക്രങ്ങളില്ലാത്ത ബസ്സിലായിരുന്നു.

അത് ആകാശത്ത് മേഘങ്ങൾക്കിടയിൽ തങ്ങിനില്പാണെന്ന് അവൾ സംശയിച്ചു.

സ്വർഗനരകങ്ങളിയേക്കുള്ള പാതയിലെ ഇടത്താവളം

പൊടുന്നനെ ഭൂമിയിൽ നിന്ന് നേർത്ത കാറ്റിനൊപ്പം ഒരു കരച്ചിൽ.

കാതുകൂർപ്പിച്ചു.

വിശപ്പ് സഹിക്കാൻ പഠിക്കാത്ത പിഞ്ചുകുഞ്ഞിന്റെ ദീനമായ കരിച്ചിൽ.

മെലിഞ്ഞുണങ്ങിയ മാറു ചുരത്തി

വലിച്ചെറിഞ്ഞ അടിവസ്ത്രങ്ങൾ തപ്പിനോക്കേണ്ടി വന്നില്ല. ഇരുട്ടിൽ അവളുടെ കണ്ണുകൾക്ക് സൂര്യനേക്കാൾ തെളിച്ചം.

മുടി മൂർദ്ധാവിൽ തിരുകിവെച്ച്. പിഞ്ഞിത്തുന്നിയ വോയൽ സാരി മേലാകെ വാരിച്ചുറ്റി അവൾ കാത്തു.

കൂർക്കംവിലിയൊച്ച. സഹിക്കാവുന്നതിലപ്പുറമായിരുന്നു.

പള്ളിയുറക്കം അടുത്തെങ്ങാനും തീരുന്ന മട്ടില്ല.

ചുറ്റും ജനലുകളാണ്.

ജനലുകളിലൂടെ തണുത്ത കാറ്റ് അരിച്ചെത്തുന്നുണ്ടെങ്കിലും വിയർത്തു.

കാറ്റിൽ കുഞ്ഞിന്റെ കരച്ചിൽ വീണ്ടും. ഏതോ മലമുകളിൽ നിന്നാവാം.

കടത്തിണ്ണയിൽ നിന്നല്ല.

അവൾ സമാധാനിക്കാൻ ശ്രമിച്ചു.

'ഹോ' സ്വന്തം വീട്ടിലെ കിടപ്പറയാണെന്നാണ് വിചാരം. വഴിയോരത്ത് ദ്രവിച്ചു നശിച്ചുകൊണ്ടിരിക്കുന്ന കട്ടപ്പുറത്തുള്ള ബസ്സിനുള്ളിൽ പിറന്ന പടി കിടന്നിറങ്ങുന്നതിലാണത്ഭുതം. ആകാശം ഇടിഞ്ഞു പൊളിഞ്ഞു വീണാലും ഇയാൾ അറിയില്ല. സിനിമാ കൊട്ടകക്കുമുന്നിൽ കണ്ണും കയ്യും കാണിച്ച് കെണിയിൽ വീഴ്ത്തിയ സാധനം കൊള്ളാം!

ആർത്തി മാത്രം.

ഉണർവിലും ആർത്തി

ഉറക്കത്തിലും ആർത്തി

ഭാഗ്യക്കേടിനെ പഴിച്ചു.

നാളെയും സൂര്യനസ്തമിക്കും.

ജ്വലിക്കുന്ന അസ്തമനം.

പ്രത്യാശകൾ മാത്രം ബാക്കി.

തിരുമോന്ത പ്രസാദിച്ചിട്ടുവേണം ഒരു ആട്ടുകൊടുത്ത് ഇറങ്ങിയോടാൻ. നാശം പിടിച്ച കൂർക്കംവലിയൊച്ച ഒന്നു തീർന്നു കിട്ടിയെങ്കിൽ!

ചങ്കിടിപ്പ് പെരുകി.

നാലുപാടും നിരന്നുനിൽക്കുന്ന ജനലുകൾക്കപ്പുറം താഴെ പെരുവഴിയിൽ ചത്തുകിടക്കുന്നു.

പൊടുന്നനെ വഴികൾക്കു ജീവൻ.

മരത്തിന്റെ മറവിൽ നിന്നും ഒരു പട്ടി നടന്നു വരുന്നു.

ആരെയോ പരതുമ്പോലെ മണത്തു മണത്ത്

ദൈവമേ...

മെലിഞ്ഞ കൈകൾകൊണ്ട് ചീർത്ത ശരീരത്തെ മറിച്ചിടാൻ വിഫല ശ്രമം നടത്തി.

ചുണ്ടിൽ ഒലിച്ചിറങ്ങുന്ന തേൻ നക്കിയെടുക്കുമ്പോലെ അയാൾ നാവു പുറത്തേക്കു നീട്ടി. കൂർക്കംവലിയുടെ താളത്തിൽ ഉയർന്നും

താണും കുടവയർ.

കുടവയർ കുലുക്കി വിളിച്ചു.

ചത്തുകരക്കടിഞ്ഞ പോത്ത്.

അവൾ എഴുന്നേറ്റു.

മൂലയിൽ ഇസ്ത്രിപൊട്ടാതെ മടക്കി ഒതുക്കി വെച്ചിരുന്ന തൂവെള്ള ഷർട്ട് നിവർത്തി. തെറിച്ചു വീണത് ഒടിഞ്ഞ ബീഡിക്കഷ്ണങ്ങൾ

കീശതപ്പി. തടഞ്ഞത് സിനിമാ ടിക്കറ്റിന്റെ മുറിഞ്ഞ കഷ്ണം. ഏതോ അമ്പലത്തിൽ നിന്ന് ആലിലയിൽ പൊതിഞ്ഞു കിട്ടിയ ഉണങ്ങിയ ചന്ദനം.

ഷർട്ടിന്റെ കൈമടക്ക് നിവർത്തി.

ഒന്നുരണ്ട് ബസ് ടിക്കറ്റ് പറന്നുപോയി.

ഉള്ള് കത്തി.

താടിക്ക് തട്ടുകൊടുക്കാൻ തോന്നി.

സീറ്റിൽ തൂക്കിയിട്ടിരിക്കുന്ന വെളുത്ത മുണ്ടിന്റെ മൂലകൾ പരതി.

കോന്തലക്കെട്ട് കണ്ടില്ല.

മുഖം വിളറി. മേലാസകലം വിയർപ്പൊഴുകി.

പട്ടിയുടെ കുര ഒഴുകിയെത്തി.

അത് പെരുകി വന്നു.

അവൾ ജനലുകൾക്കപ്പുറം കണ്ണുപായിച്ചു.

ഒന്നല്ല. ഒരുപാട് പട്ടികൾ

കുരച്ചു കൊണ്ട് കുതിക്കുന്നു

ഈശ്വരാ...

കടത്തിണ്ണയിൽനിന്ന് ഒഴുകിയെത്തിയ കാറ്റിന് ഇളംചോരയുടെ മണമുണ്ടോ?

അവൾ പല്ലു കടിച്ചു.

രാകി മൂർപ്പിച്ചു.

കുടവയറിന്റെ ഒടുക്കം നഗ്നമായ പുല്ലിംഗം .

അവൾ യക്ഷിയായി.

മൂർച്ചയുള്ള ഒറ്റക്കടി

മുഖം നിറയെ ചോരയൊലിപ്പിച്ചു കൊണ്ട്

ഭൂമിയിലേക്കുള്ള പൊട്ടിപ്പൊളിഞ്ഞ പടവുകളിറങ്ങി.

●

സ്കൂട്ടർ

ആറാമധ്യായത്തിന്റെ ആരംഭത്തിലാണ് ലതിക ആദ്യമായി സ്കൂട്ടറോടിക്കുന്നത്

പൊടുന്നനെയായിരുന്നു ഈ മാറ്റം. അതുവരെയുള്ള അധ്യായങ്ങളിലൊന്നും ലതികയുടെ വളർച്ച ഈ രീതിയിലായിരിക്കുമെന്ന് സൂചനകളില്ല. ബസ്സിൽ പോലും തനിച്ചു കയറാറില്ലാത്ത, കടയിലോ മാർക്കറ്റിലോ തനിച്ച് പോയി വല്ലതും വാങ്ങിക്കൊണ്ടുവരാനാവാത്ത, ഒരാൺകുട്ടിയോടുപോലും ഒരക്ഷരം മിണ്ടിയിട്ടില്ലാത്ത പാവം പെൺകുട്ടിയായിരുന്നു ഒന്നാമധ്യായത്തിൽ ലതിക. അന്നവൾ പത്താംക്ലാസ്സ് കഴിഞ്ഞതേയുള്ളൂ. കൈത്തറിയുടെ റിബേറ്റ് കാലത്ത് അച്ഛൻ വാങ്ങിക്കൊടുത്ത നീലപാവാടയും പച്ചബൗസുമായിരുന്നു സ്ഥിര വേഷം. രണ്ടോ മൂന്നോ ജോഡി വസ്ത്രങ്ങളുണ്ടെങ്കിലും എല്ലാം ഒരേ നിറമായതുകൊണ്ട് ലതികക്ക് അക്കാലത്തെ ജീവിതത്തിന് ഒരു പുതുമയും തോന്നിയില്ല. ചുരീദാർ പോലുള്ള വേഷങ്ങൾ അന്ന് നാട്ടിൽ പിച്ചവെച്ച് വരുന്നതേയുള്ളു. ചുരീദാർ ധരിച്ച ഏതോ പെൺകുട്ടിയെ യാദൃശ്ചികമായി എവിടെയോ കണ്ടപ്പോൾ ലതികയിലും മോഹം മൊട്ടിട്ടു. കണ്ണാടിച്ചില്ലും തുന്നിപ്പിടിപ്പിച്ച കടുംപച്ച ചുരീദാർ. പിന്നിൽ കാറ്റത്ത് ഇളകിപ്പറക്കുവാൻ മഞ്ഞുപോലെ വെളുത്ത മൃദുവായ ഷാൾ.

'എന്റെ മോൾക്ക് അമ്മാതിരി വേഷങ്ങളൊന്നും ചേരില്ല' എന്ന് പറഞ്ഞ് ലതികയുടെ ചുരിദാർപ്രേമത്തെ മുളയിലേ നുള്ളിക്കളഞ്ഞു അച്ഛൻ.

പൗഡർടിന്നും ചാന്തുകുപ്പിയും പിന്നെ നാലഞ്ചു കുപ്പിവളക ളുമല്ലാതെ മറ്റ് സൗന്ദര്യവർധക വസ്തുക്കളൊന്നും ഈ അധ്യായത്തിൽ ലതിക പരിചയപ്പെടുന്നില്ല.

വീട്ടിൽനിന്നും അകലെയല്ലാത്ത, നാട്ടുമ്പുറത്തെ ഒരു പാരലൽ കോളേജിൽ പ്രീഡിഗ്രിക്ക് ചേർത്ത്, ഫീസടച്ച റസീറ്റ് അച്ഛൻ വിറ യ്ക്കുന്ന കൈകളിൽ ഏറ്റുവാങ്ങുന്നതോടെയാണ് ഒന്നാമധ്യായത്തിന് വിരാമമിടുന്നത്.

കൂട്. കയറ്, താഴ്, തടവറ എന്നിങ്ങനെയുള്ള സംജ്ഞകളൊന്നുമില്ലാതെ തന്നെ പെൺകുട്ടിയുടെ പാരതന്ത്ര്യം ഈ അധ്യായത്തിൽ വായിച്ചെടുക്കാം. സ്ത്രീസഹജമായ ഈ വക നിസ്സാര പാരതന്ത്ര്യത്തിൽ അസ്വഭാവികമായിട്ടൊന്നുമില്ലെന്ന് വില യിരുത്തുകയും ചെയ്യാം.

ഒന്നാമത്തെയും രണ്ടാമത്തെയും അധ്യായങ്ങൾക്കിടയിലുള്ള ഏതോ മുഹൂർത്തത്തിലാണ് ലതിക ആദ്യമായി ഒരാൺകുട്ടിയോട് മിണ്ടുന്നത്. അതിന്റെ തുടർച്ചയെന്നോണം രണ്ടാമധ്യായത്തിന്റെ ആദ്യപാദത്തിൽ ഇരുവരെയും ഒരു പൂളമരച്ചുവട്ടിൽ പ്രത്യക്ഷപ്പെടുത്തുന്നുണ്ട്.

പുളിമരകൊമ്പിൽ കിളികൾ ചിലച്ചു. ദാഹിച്ചു വലഞ്ഞ പെൺകി ളിയുടെ നേർക്ക് ആൺകിളി ദയനീയമായി നോക്കി. പിന്നെ അ ടുത്തുചെന്ന് കൊക്കുരുമ്മി. താഴെ മരച്ചോട്ടിൽ ആരൊക്കെയോ വന്നിരിക്കുന്നുവെന്ന് കിളികൾ അറിഞ്ഞു. അവ ഭയന്നുകൊണ്ട് എങ്ങോ പറന്നുപോയി, പറന്നകലുന്ന കിളികളെ നോക്കാൻ പെൺകുട്ടി മുഖം തിരിച്ചു. പുളിമരത്തിന്റെ ഇലകൾക്കിടയിലൂടെ അരിച്ചെത്തിയ വെ യിലിൽ അവളുടെ മുഖം തിളങ്ങി.

ലതികേ... ആൺകുട്ടി വിളിച്ചു

ഉം......

എന്തൊരു ചൂട്! അല്ലേ?

ഉം

ലതിക സെക്കന്റ് ലാംഗേജ് ഹിന്ദിയാ?

ഉം....

ഹിന്ദി പഠിക്കാൻ നല്ല എളുപ്പാ അല്ലേ?

ഉം....

ഹിന്ദി സിനിമ കണ്ടാൽ എനിക്കൊന്നും മനസ്സിലാവില്ല. ലതികക്കോ?

ലതിക ഒന്നും മിണ്ടിയില്ല.

എനിക്ക് മലയാളം പടമാ ഇഷ്ടം.

ഉം...

കവിതേല് രാജാവിന്റെ മകൻ റിലീസാ.

അയ്യോ അച്ഛൻ കൊല്ലും. ലതിക വെയിലിലേക്ക് ഓടി. ആൺകുട്ടി ലതികേ അതല്ല, നിൽക്കൂ, പറയട്ടെ, പ്ലീസ് എന്നൊക്കെ വിളിച്ചുകൂവുന്നതിന് ചെവി നല്കാതെ അവൾ ഇടവഴിയിലേക്ക് കടന്ന് റോ ഡിലേക്കോടി. കിതച്ച് കിതച്ച് വീട്ടിലേക്കുള്ള കണ്ടി കയറി.

തൊട്ടാൽ മുറിയുന്ന ഇമ്മാതിരി വിവരണങ്ങളാൽ സമ്പുഷ്ടമാണ് രണ്ടാമധ്യായം. ആൺകുട്ടിയുടെ ഊരും പേരും, മതവും ജാതിയും ഒരിടത്തും സൂചിപ്പിക്കുന്നില്ല. എന്തിനധികം മുഖം പോലും അപ്രസക്തമാണ്. പിന്നീടുള്ള അധ്യായങ്ങളിലൊന്നും കാണിക്കേണ്ടാത്ത മുഖമായതുകൊണ്ട് കരുതിക്കൂട്ടി മറച്ചുപിടിച്ചതാവാം. എതായാലും എരിവെയിലിൽ കുളിരുനൽകുന്ന സാന്നിദ്ധ്യം പ്രകടമാക്കിയ ഈ ചെറുപ്പക്കാരനെ വളർത്തിയെടുക്കാത്തതിൽ രണ്ടു പക്ഷമുണ്ട്.

മൂന്നാമത്തെയും നാലാമത്തെയും അധ്യായത്തിൽ പുരനിറഞ്ഞു നില്പ്പാണ് ലതിക. സ്വാഭാവികമായും കല്യാണാലോചനകളുടെ ഘോഷയാത്ര തന്നെ ഇവിടെ സംഘടിപ്പിച്ചിട്ടുണ്ട്. ജോലിയുള്ളവരും ഇല്ലാത്തവരും പണമുള്ളവരും ഇല്ലാത്തവരും നിറമുള്ളവരും ഇല്ലാത്തവരും; എല്ലാവർക്കും ഒരേ മുഖം ചടങ്ങുകൾക്ക് ഒരേ അനുഷ്ഠാനം. വന്നവർക്കെല്ലാം പെണ്ണിനെ പിടിച്ചു. 'ഇനി നമുക്ക് കാര്യത്തിലേക്ക് കടക്കാം', ''പൊന്ന് പെണ്ണിന് ഏഴഴകാ;'' നമുക്കായിട്ട് ഒന്നും വേണ്ട; നിങ്ങൾ നിങ്ങളുടെ മകൾക്ക് എന്തു കൊടുക്കും?; 'എത്ര പവൻ?'; 'എത്ര ലക്ഷം?'... എന്നിങ്ങനെ പറഞ്ഞ് പറഞ്ഞ് കാരം പോയ വാക്കുകളൊന്നും പെണ്ണുകാണാൻ വന്നവരെക്കൊണ്ട് പറയിപ്പിക്കുന്നില്ല. മറിച്ച്, അകത്തും പുറത്തും ആകാശത്തും അടുക്കളയിലും പെണ്ണിന്റെ കൈത്തണ്ടയിലും കണങ്കാലിലും അവർഡ് സിനിമയിലെന്നപോലെ നോക്കിയിരുന്നു; ചെറുക്കൻമാരും കാർണോൻമാരും പ്ലേറ്റിൽ ഇട്ടുകൊടുത്തിരുന്ന കായ വറുത്തത് മണപ്പിച്ചുപോലും നോക്കാതെ കാപ്പിമാത്രം കഴിച്ചെന്നുവരുത്തി. വന്നവർ, വന്നപോലെ പോയി. വൈക്കോൽ കൂന, ആന്റിന തുടങ്ങിയ ബാഹ്യനിരീക്ഷണങ്ങളിൽ തന്നെ നിരാശരായി കണ്ടികയറാതെ തിരിച്ചുപോയവരും നിരവധിയുണ്ട്.

നാലാമധ്യായത്തിന്റെ നടുക്കുവെച്ചാണ് ലതിക അവസാനമായി പ്രീഡിഗ്രി തോല്ക്കുന്നത്. എത്രവട്ടം എഴുതിയെന്ന് ആർക്കും നിശ്ചയമില്ല ഏതായാലും ഇനിയും പരീക്ഷണത്തിന് മുതിരാൻ അച്ഛന്റെ പരാധീനത അനുവദിച്ചില്ല. മൂക്കിൽ പല്ലുമുളച്ച് മുലക്കിരിക്കേണ്ടി വരുമോ എന്നോർത്തപ്പോൾ പിതാവിന് ആധിയായി. ആയതിനാൽ ടൈപ്പ്റൈറ്റിംങ് ഇൻസ്റ്റിറ്റ്യൂട്ട് എന്ന കച്ചിത്തുരുമ്പിൽ കയറിപ്പിടിച്ചു. ടൈപ്പ്

പഠിച്ച് ഉദ്യോഗം സമ്പാദിച്ച് സുഖിക്കാനൊന്നും ഈ ജന്മം കഴിയില്ലെന്ന് അറിയാഞ്ഞിട്ടല്ല, ഇൻസ്റ്റിറ്റ്യൂട്ടിലേക്കുള്ള മാർഗ്ഗമധ്യേ ആരെങ്കിലും കാണുന്നെങ്കിൽ കണ്ടോട്ടെ എന്ന ഗൂഢോദ്ദേശ്യം നിരാശാബാധിതനായ ആ പിതാവിനുണ്ട്.

ലോവറും ഹയറും കഴിഞ്ഞിട്ടും കാണേണ്ടവരൊന്നും ലതികയെ കണ്ടില്ല. അച്ഛന്റെ ആകുലതകൾ പെരുകി. പക്ഷേ തൊറ്റു കൊടുത്തില്ല. മകളെ തയ്യൽക്ലാസ്സിൽ ചേർത്ത് ഒരിക്കൽക്കൂടി ഭാഗ്യപരീക്ഷണത്തിന് തയ്യാറായി.

അതോടെ കഥയിൽ വഴിത്തിരിവുണ്ടാകുകയാണ്. നാലാമധ്യായത്തിൽ ഒടുക്കത്തിൽ പുതിയ പ്രഭാതം പൊട്ടിവിടരുമ്പോൾ ഹർഷോന്മാദത്തോടെ ഒരു കുയിൽ ലതികയുടെ തേന്മാവിൽ ഇരുന്നു പാടുന്ന വിവരണമുണ്ടല്ലോ അത് വായനക്കാർക്ക് തെല്ലൊന്നുമല്ല ആശ്വാസം പകരുന്നത്.

അഞ്ചാമധ്യായത്തിലാണ് ലതിക സ്വന്തമായി തയ്യൽവേല ആരംഭിക്കുന്നത്. ആദ്യമാദ്യം അയൽക്കാരും അടുത്ത ബന്ധുക്കളും മാത്രമായിരുന്നു സന്ദർശകർ, എല്ലാവർക്കും മനസ്സിനിണങ്ങിയ ഉടുപ്പുകൾ തയിച്ചു കൊടുത്തു. ലതികയുടെ കരവിരുത് നാട്ടുകാർ മണത്തറിഞ്ഞു. തിരക്കോടുതിരക്കായി. പിന്നെ തിരിഞ്ഞുനോക്കേണ്ടി വന്നിട്ടില്ല. വെച്ചടിവെച്ചടി കയറ്റം. പല പ്രമുഖ റെഡീമെയ്ഡ് ഷോപ്പുകാരും ലതികയെ തേടിയെത്തി. ചുരിദാറുകൾക്കായിരുന്നു ഏറെ പ്രിയം. നഗരത്തിൽ വിശാലമായ മുറി വാടകക്കെടുത്തു. കുറേ തയ്യൽ മെഷീനുകൾ വിലക്കുവാങ്ങി... കുറെ പെൺകുട്ടികളെ ജോലിക്കു നിർത്തി.

കളകളാരവം പൊഴിക്കുന്ന പുഴകൾ... ചിറകടിച്ചുയരുന്ന പക്ഷികൾ... എന്തു ചാരുതയോടെയാണ് പ്രകൃതിപോലും ലതികയുടെ ആഹ്ലാദം പങ്കിടുന്നത്!

തിരക്കുപിടിച്ച തന്റെ ജീവിതത്തിൽ നഗരത്തിലേക്കുള്ള നശിച്ച ബസ് യാത്രയെ ശപിച്ചുകൊണ്ടാണ് അഞ്ചാമധ്യായം അവസാനിക്കുന്നത്. അപ്പോഴും അടുത്ത അധ്യായത്തിൽ ലതിക സ്കൂട്ടർ വാങ്ങുമെന്ന് സ്വപ്നത്തിലും കരുതിയതല്ല.

വൈകീട്ട് അപ്രതീക്ഷിതമായ ശബ്ദം കേട്ട് പിതാവ് രോഗശയ്യയിൽ നിന്ന് തലപൊക്കി നോക്കുന്നതോടെയാണ് ആറാമധ്യായം ആരംഭിക്കുന്നത്.

രാവിലെ വെറും കാലിൽ നടന്നുപോയ മകൾ സ്കൂട്ടറിൽ മടങ്ങി വരുന്നു. മറ്റാരോ ആണെന്നാണ് ആദ്യം കരുതിയത്. ജനലിലൂടെ ചാഞ്ഞും ചെരിഞ്ഞും നോക്കിയപ്പോഴാണ് ഇത് മറ്റാരുമല്ല, തന്റെ സ്വന്തം മകൾ തന്നെയാണെന്ന് അച്ഛൻ ഉറപ്പാക്കിയത്.

അക്കാലത്ത് നഗരങ്ങളിൽ പോലും അപൂർവമായേ പെൺസ്കൂട്ട റുകൾ പാറിനടന്നിരുന്നുള്ളൂ. കണ്ണിൽപെട്ടാൽ ആരും നിന്ന് നോക്കിപ്പോ വും. പിന്നെ നാട്ടുമ്പുറത്തെ കാര്യം പറയണോ? അതും പെണ്ണായി പിറന്നാൽ നിലത്തു നില്ക്കണമെന്ന ആചാരം നിലവിലുള്ള വെറുമൊരു നാട്ടിൻപുറത്ത്.

വാർത്ത തീപോലെ പരന്നു. അയൽക്കാരും നാട്ടുകാരും ഒറ്റയ്ക്കും തെറ്റയ്ക്കും സ്കൂട്ടർ കാണാനെത്തി മരണവീടുപോലെ അവർ മൗനം പാലിച്ചു. മുറ്റത്തെ ഞാലിയിൽ സ്റ്റാന്റിൽ വെച്ചിരുന്ന ഇളംനീല സ്കൂട്ടർ നോക്കി അവർ മൂക്കത്തു വിരൽ വെച്ചു. പ്രായം ചെന്നവർ. 'കഷ്ടം', 'കലികാലം' എന്നൊക്കെ ഉരുവിട്ടുകൊണ്ടിരുന്നു.

ആൾക്കാരെക്കൊണ്ട് പറയിക്കാൻ തന്ന്യാ നിന്റെ ഭാവം അല്ലേ?

ചുമച്ചു ചുമച്ച് അച്ഛൻ പറഞ്ഞു.

ആൾക്കാരുടെ ചെലി വിലല്ലച്ഛാ ഞാൻ ജീവിക്കുന്നത്. ലതിക തു റന്നടിച്ചു.

അച്ഛൻ ഞെട്ടി. ഇവൾ സ്വന്തം മകൾ തന്നെയോ? ഇന്നലെവരെ നേർക്കുനേർ നോക്കാൻ പോലും ഭയമായിരുന്ന മകൾ ഇന്ന് തർക്കുത്തരം പറയുന്നു. പൊടുന്നനെ അവൾ തന്നെക്കാൾ വളർന്നിരിക്കുന്നു.

എന്റെ കണ്ണടക്കണേനു മുൻപ് തറവാടിന് പേരുദോഷമുണ്ടാക്കാ തിരുന്നാൽ നന്ന്.

അത്രയും പറഞ്ഞ് അച്ഛൻ ജനലിലൂടെ വിദൂരതയിലേക്ക് നോക്കിയിരുന്നു. അച്ഛന്റെ ദൈന്യം ലതികയെ തെല്ലുനേരം സങ്കടത്തിലാക്കി. അവൾ കട്ടിലിലിരുന്ന് അച്ഛന്റെ കാൽ തിരുമ്മിക്കൊ ടുത്തു,

സ്കൂട്ടറോടിച്ചാൽ ഒരു പേരുദേഷവും ഉണ്ടാവില്ലച്ഛാ.

ആർക്കറിയാം...? അച്ഛൻ നെടുവീർപ്പിട്ടു. അതൊക്കെ പോട്ടെ ഇന്നു കാലത്ത് നിന്റമ്മാമൻ വന്നിരുന്നു. സുഖവിവരമറിയാൻ.

അമ്മാമനോ, ഏതമ്മാമൻ?

നിനക്ക് ഒരമ്മാമനല്ലേ ഉള്ളൂ. നീ സ്കൂട്ടറോടിക്കുന്നൂന്ന് പറഞ്ഞാൽ അമ്മാവനെന്തു വിചാരിക്കും? ശശിധരനെന്തു തോന്നും?

അതുശരി. ഇത്രയും കാലം ഇവരൊക്കെ എവിടെയായിരുന്നു?

അതൊന്നും എനിക്കറിയില്ല. കല്യാണപ്രായം കഴിഞ്ഞു നില്ക്കുന്ന ഒരു പെൺകുട്ടിയുടെ അച്ഛന് അതൊന്നും അറിയേണ്ട കാര്യമില്ല.

നനഞ്ഞേടം മാന്തുന്ന ഇത്തരം അമ്മാമൻമാരുടേയും മുറച്ചെ റുക്കൻമാരുടേയും അവിചാരിതമായ ഇടപെടൽ എത്രയോ കണ്ടും

കേട്ടും മുടുത്തതാണ്. അതുകൊണ്ടാവാം ഇവരെ പിന്നീട് കഥയിൽ എഴുന്നള്ളിക്കാതിരുന്നത്.

പക്ഷേ, 'ഈ അവലക്ഷണം പിടിച്ച ശകടത്തിൽ കയറി ഈ ഒരുമ്പെട്ടവൾ ചുറ്റിനടക്കുന്ന കാര്യം അറിഞ്ഞാൽ പിന്നെ അവരെങ്ങനെ വീണ്ടും വരാൻ!' എന്ന് അച്ഛൻ പിരാകിക്കൊണ്ടിരുന്നു.

ലതിക ഒട്ടും കുലുങ്ങിയില്ല. തല്ലിക്കെടുത്തുന്തോറും ആളിക്കത്തുകയായിരുന്നു അവളുടെ തന്റേടം.

ജോലിത്തിരക്കുകാരണം അവൾ നേരത്തെ കടയിലേക്ക് പോകും. രാത്രി വൈകിയേ തിരിച്ചുവരൂ. രാത്രി വൈകിയെത്തുമ്പോൾ പലപ്പോഴും അച്ഛൻ മൗനംകൊണ്ട് പ്രതിഷേധിച്ചു. വിറയലുള്ള ശോഷിച്ച കൈകളിൽ കുഴമ്പും കഷായവും ഏറ്റുവാങ്ങുമ്പോൾ അച്ഛൻ പറയും,'നീ ഒരു പെണ്ണാണ് അത് മറക്കണ്ട'

ആറാമധ്യായത്തിന്റെ അവസാനം വിജനമായ വഴിയിലൂടെ ലതിക സ്കൂട്ടറോടിച്ചുവരുന്ന വിവരണമുണ്ട്. നേരം പാതിരയോടടുത്തിരിക്കുന്നു. കുറ്റാക്കൂരിരുട്ട്. ഹെഡ്ലൈറ്റിന്റെ വിളറിയ രശ്മികളല്ലാതെ ഭൂമുഖത്ത് മറ്റൊരു വെളിച്ചവുമില്ല. ഒരു വളവിലെത്തിയപ്പോൾ അപ്രതീക്ഷിതമായി സ്കൂട്ടർ ഓഫായി. ഏറെനേരം ഞെക്കിപ്പിഴിഞ്ഞിട്ടും ചവിട്ടിത്തിരുമ്മിയിട്ടും സ്കൂട്ടർ ജീവൻ വെച്ചില്ല. പഠിച്ചപണി പതിനെട്ടും പയറ്റിയിട്ടും ഫലമുണ്ടായില്ല. പാതിരാത്രിയിലും ലതിക വിയർത്തു.

ഇനിയെന്തു വേണ്ടൂ എന്നാലോചിച്ച് ഒരു നിമിഷം നില്ക്കവേ പൊടുന്നനെ പിറകിലെ ഇരുട്ടിൽ നിശ്ശബ്ദതയെ ഭേദിച്ചുകൊണ്ട് ബൂട്ട്സിന്റെ ശബ്ദം അടുത്തടുത്തുവരുന്നു.

ലതിക തിരിഞ്ഞുനോക്കി.

അതോടെ ആറാമധ്യായം അവസാനിക്കുകയാണ്. ഇനിയത്തെ സംഭവവികാസങ്ങളാണ് തുടർന്നുള്ള അധ്യായങ്ങളിൽ.

●